தேசம்மா

தேசம்மா

க. அரவிந்த் குமார் (பி. 1980)

வடசென்னையின் புதுவண்ணாரப்பேட்டையில் பிறந்தார். பள்ளிப்படிப்பை வடசென்னையிலும் கல்லூரிப் படிப்பை மீனம்பாக்கத்திலும் முடித்தார். தற்போது குரோம்பேட்டையில் வசித்துவருகிறார். அச்சு ஊடகத் துறையில் செய்தியாளராக வாழ்க்கையைத் தொடங்கிப் பல செய்தித் தொலைக்காட்சிகளில் செய்தி ஆசிரியராகவும் இருந்துள்ளார்.

'வனம், வானம், வாழ்க்கை' என்ற கட்டுரைத் தொகுதி இவருடையது. முன்னணி இதழ்களில் சிறுகதைகளை எழுதிவருகிறார். இது இவரது முதல் சிறுகதைத் தொகுப்பு.

க. அரவிந்த் குமார்

தேசம்மா

காலச்சுவடு பதிப்பகம்

அன்பார்ந்த வாசகருக்கு,
வணக்கம்.

காலச்சுவடு நூலை வாங்கியமைக்கு நன்றி.

நூலின் உள்ளடக்கம், உருவாக்கம், அட்டைப்படம் இன்ன பிற அம்சங்கள் பற்றிய உங்கள் கருத்துகளையும் ஆலோசனைகளையும் காலச்சுவடு வரவேற்கிறது. தகவல், எழுத்து, வாக்கியப் பிழைகள் தென்பட்டால் கட்டாயம் தெரிவித்து உதவுங்கள். நூல் தயாரிப்பில் கடும் குறைபாடு இருப்பின் மாற்றுப் பிரதி உங்களுக்குக் கிடைக்கக் காலச்சுவடு ஏற்பாடு செய்யும்.

மின்னஞ்சல்: publisher@kalachuvadu.com

காலச்சுவடு நாகர்கோவில் தலைமையகத்துக்கும் கடிதம் அனுப்பலாம்.

தங்கள்
எஸ்.ஆர். சுந்தரம் (கண்ணன்)
பதிப்பாளர் — நிர்வாக இயக்குநர்

தேசம்மா ❖ சிறுகதைகள் ❖ ஆசிரியர்: க. அரவிந்த் குமார் ❖ © க. அரவிந்த் குமார் ❖ முதல் (குறும்) பதிப்பு: டிசம்பர் 2019, இரண்டாம் (குறும்) பதிப்பு: பிப்ரவரி 2021 ❖ வெளியீடு: காலச்சுவடு பப்ளிகேஷன்ஸ் (பி) லிட்., 669, கே.பி. சாலை, நாகர்கோவில் 629001

teecammaa ❖ Short Stories ❖ Author: Aravind Kumar ❖ © Aravind Kumar ❖ Language: Tamil ❖ First (Short) Edition: December 2019, Second (Short) Edition: February 2021 ❖ Size: Demy 1 x 8 ❖ Paper: 18.6 kg maplitho ❖ Pages: 152

Published by Kalachuvadu Publications Pvt. Ltd., 669 K.P. Road, Nagercoil 629001, India ❖ Phone: 91-4652-278525 ❖ e-mail: publications@kalachuvadu.com ❖ Printed at Adyar Students xerox Pvt. Ltd., No. 9, Sunkuraman street, Parrys Chennai 600001

ISBN: 978-81-943956-2-1

02/2021/S.No. 927, kcp 2846, 18.6 (2) rss

தன் வாழ்நாள் முழுவதும்
புத்தகங்களுடனே வாழ்ந்து முடித்த
என் அன்பு **அம்மாவுக்கு**
இந்தப் புத்தகம் சமர்ப்பணம்

பொருளடக்கம்

என்னுரை	11
மஞ்சு வாரியர்	15
தேசம்மா	28
வருத்திச்சி	41
சாமந்தி	48
நாயக்கர் காலம்	56
ராஜாதி ராஜா	65
வளையல்	75
சிவிங்கம்பூ சேரா	83
ஹவில்தார் குப்புலிங்கம்	93
வேதகிரியின் சங்கு	98
வடிவுக்கரசியின் கணக்கு	108
ஏய் அடிமை பாலகனே	115
டினு மோரியா	124
சாத்தானே அப்பாலே போ	135
கடைசிச் சொத்து	143

என்னுரை

கடல் சொன்ன கதைகள்

சமவெளியிலும் மலைகளிலும் வாழ்பவர்களின் வாழ்க்கைமுறையிலிருந்து முற்றிலும் வேறுபட்டவை கடற்கரையில் வாழுகின்றவர்களுடைய வாழ்க்கையும் சிந்தனையும். தாங்கிப் பிடிக்கும் நிலத்தின் மீது காலூன்றி நடப்பவர்களின் எண்ண ஓட்டங்கள் வேறானவை. ஆனால் நிலையில்லாப் பெருங்கடலில் வாழ்வமைத்துக் கொண்ட கடலோரவாசிகளின் எண்ணங்கள் கற்பனைக்கெட்டாதவை.

இந்த உலகம் நிலையானது, இந்த வாழ்க்கை நிலையானது, அடுத்தடுத்து இன்னவெல்லாம் செய்யலாம் என்ற எதிர்காலத் திட்டங்கள் நிரம்ப உண்டு, நிலத்தின் மீது வாழ்பவர்களுக்கு; ஏனென்றால் அவர்களுக்கு நிலையின்மை குறித்த சிந்தனை எப்போதாவதுதான் வரும்.

ஆனால் தளும்பும் நீரின்மீது வாழ்வைச் செலுத்தும் ஒரு மீனவனுக்கு அடுத்தநொடி வாழ்க்கை என்ன பரிசை வைத்துள்ளதென்று எண்ணிப்பார்க்க முடியாது. அந்த ஒருகணத்தில் மட்டுமே வாழ்பவன் அவன். அதனால்தான கடற்பிராந்தியத்தில் வசிப்பவர்களின் பேச்சுக்களில் எப்போதும் உற்சாகம், மகிழ்ச்சி, விட்டுக் கொடுக்கும் தன்மை போன்றவை இயல்பாகவே பொருந்தியிருக்கும்.

எதிர்க்காற்றில் படகின் மறுமுனையில் நிற்பவனிடம் பேசுவதற்கு அடிவயிற்றிலிருந்து

குரலெடுத்து அலற வேண்டும். அதுவே பழகிப்போனதால்தான் கடலை விட்டுக் கரையேறினாலும் அவன் குரல் எப்போதும் உச்சஸ்தாயியில் இருக்கிறது. இனி இழப்பதற்கு எதுவுமில்லை என்ற துணிவில் தன்னைக் கடலுக்கு ஒப்புக்கொடுக்கிறான் கடலோரவாசி. அதனால் சேமிப்பு குறித்த சிந்தனையோ, பணம் மீதான வேட்கையோ அவனுக்கு மிகக் குறைவு.

அந்த கடல்நீரின் நுரைத்துளிகள் காற்றில் கலந்து எப்போதும் ஈரமாயிருக்கும் பலகோடிக் கடற்கரைவாசிகளில் நானும் ஒருவன். ஒன்றின்மீது ஒன்று முட்டியபடி நிற்கும் படகுகளும், மீன்களை விலைபேசும் பெருங்கூச்சலும், ஒற்றையடிப் பாதையென கடல்நோக்கிச் சரிவிறங்கும் குடிசைகளும், கதைபேசியபடி வலைபிரிக்கும் பெரிசுகளும், கதையளந்து காலம் தள்ளும் கிழவிகளும், திரண்டு நிற்கும் கருமையின் அழகும் என என் இளமைக்காலம் கழிந்தது இந்தக் கடற்கரை மண்ணில்தான்.

வாரிச்சுருட்டி வீசிய அலையாய்க் காலம் இன்று என்னை எங்கோ கரையொதுங்கச் செய்துள்ளது. ஆனாலும் காலில் மிதிபட்ட மணலின் துகள் வீடுவரை ஒட்டிக்கொள்வது போல, தாண்டி வந்த கடலின் நினைவுகள் இதயமெங்கும் அலையென அடித்துக்கொண்டேதான் இருக்கின்றன. அந்தக் கடல் சொன்ன கதைகளே இந்த தேசம்மா. அலைவீசும் சத்தமே தாலாட்டாக, அம்மாவின் மடியில் படுத்துக்கொண்டு கேட்ட கதைகள் ஏராளம். அவர் விட்டுச்சென்ற சொற்களின் மிச்சம்தான் என்னுடைய கதைகள்.

தமிழ்ச் சிறுகதைப் பரப்பில் மீண்டும் மீண்டும் குறிப்பிட்ட சில நிலப்பரப்புகளே பேசுபொருளாக அமைந்துள்ளன. சில சமூகத்தின் வாழ்வியல் மட்டுமே அதிகப்படியாக வெளிப்பட்டுள்ளது. அந்தவகையில் பார்த்தால் கடற்பிராந்தியத்தைப் பாடுபொருளாக கொண்டு அமைந்தவை சொற்பமே. கடல் சமூகத்தில் சொல்லப் படாத கதைகள் ஏராளம் ஏராளம். அவற்றில் ஒரு துளியைத்தான் என்னால் இப்போது தொட்டுப் பார்க்க முடிந்துள்ளது.

நான் கடந்துவந்த மனிதர்களில் என்னில் தாக்கத்தை ஏற்படுத்தியவர்கள் கதைமாந்தர்களாக இதில் உருவெடுத் துள்ளார்கள். ஓட்டப்பந்தய வீரனின் வெற்றியை எப்படி ஸ்லோமோஷனில் காண்பிப்பார்களோ அதுபோல, சர்ரென்று பறந்துபோன நொடிகளை மனத்திற்குள் அசைபோட்ட தருணங்கள்தான் இந்தக் கதைகள் பிறப்பெடுத்த வரலாறு. பேசாப்பொருளைப் பேசத் துணிந்தது போல் சில பரீட்சார்த்த முயற்சிகளும் உள்ளன.

என் எழுத்தில் எல்லாமுமாக நிறைந்திருப்பவர்கள் என் பாட்டியும் அம்மாவும். இது ஒருவகையில் அவர்களின் கதையும் கூட. வீடெங்கும் நிறைந்திருக்கும் புத்தகங்களுக்கு நடுவில் தொலைந்துபோகும் பாக்கியம் பெற்றவன் நான். அப்படித்தான் காணாமல்போன என்னைக் கண்டடைந்தேன். எழுத்தையே வாழ்வென வரித்துக்கொண்டபோது உற்றதுணையாகப் பக்கம் நின்ற ஆளுமை என் அருமை மனைவி. கதையை வாசித்துக் காண்பித்துக் கொடுமைப்படுத்தியபோது பொறுத்துக்கொண்ட பிள்ளைகளுக்கும் நன்றி.

பெருங்காட்டின் ரகசிய மலரென எனக்கு ஊன்றுகோலாயும் தூண்டுகோலாயும் அமைந்த அத்தனை உள்ளங்களுக்கும் இத்தருணத்தில் ஈரம் கசியும் மனத்திலிருந்து அன்பைப் பரிசாகத் தருகிறேன். இந்தியன் எக்ஸ்பிரஸ் இணையதளத்தில் இந்தக் கதைகள் ஞாயிறுதோறும் வெளிவரக் காரணமாய் அமைந்த இனிய நண்பர் கோசல்ராமுக்கு அன்பும் நன்றிகளும். தொடர்ச்சியாக வாசித்து ஊக்கம் தந்த எழுத்தாளர்கள் என். ஸ்ரீராம், பாக்கியம் சங்கர், நரசிம்மன் ஆகியோருக்கும் என் தோழமையே பரிசு.

நட்புடன்

சென்னை **அரவிந்த் குமார்**

27–11–2019

மஞ்சு வாரியர்

உங்களுக்கு மஞ்சு வாரியரைத் தெரியுமா? மலையாளத் திரைப்பட நடிகை மஞ்சு வாரியர்தானே, தெரியும் என்று சொல்வீர்கள். ஆனால் நான் சொல்வது அந்த மஞ்சு வாரியரை அல்ல, கிட்டத்தட்ட இந்த மஞ்சு வாரியரின் கதையும் அதுபோலத்தான் இருக்கும்.

அந்த மஞ்சு வாரியர் பிறந்த அதே 1978ஆம் ஆண்டு, அதே நாகர்கோவிலில் பிறந்தவர்தான் இந்த மஞ்சு வாரியர். பிறக்கும்போது அவளுக்கு இந்த பெயர் வைக்கவில்லை; வைத்தது என்னவோ சௌதாமினிதான், செல்லமாக சௌதா. அப்புறம் எப்படி மஞ்சு வாரியர் என்ற பெயர் வந்தது என்று கேள்வி எழக்கூடும். அதைச் சொல்வதற்கு இன்னும் கொஞ்சம் காலம் இருக்கிறது. அதற்குள் சௌதாவின் சின்ன வயது விஷயங்களைக் கொஞ்சம் பார்த்து விடலாம்.

ஒற்றுமை என்னவென்றால் அந்த மஞ்சு வாரியர் படித்த நாகர்கோயில் சிஎஸ்ஐ மெட்ரிகுலேஷனில் தான் சௌதாமினியும் படித்தது. இரட்டை ஜடை பின்னல் போட்டு, அதில் ரிப்பன் கட்டி, ஷு மாட்டி, அலுமினியப் புத்தகப் பெட்டியை எடுத்துக்கொண்டு கன்னத்தில் குழி விழ, குதித்துக் குதித்து நடக்கும் அந்தச் சின்ன சௌதாமினியைப்

பார்த்தவர்கள் இன்றும் அதனை நினைவில்கொள்வார்கள். படிப்பில் படுசுட்டி. பிரமீளா டீச்சருடன் எப்போதும் வாக்குவாதம் செய்துகொண்டிருக்கும் அந்த சௌதாமினியைக் காலநோக்கியில் உற்றுப்பார்க்கும்போது, பின்னால் அவள் பேசுவதற்கு வாய்ப்பில்லாமல் போகுமோ, அதற்காகத்தான் இப்போதே பேசிக்கொள்கிறாளோ என்று தோன்றுகிறது.

சௌதாமினி ஐந்தாம் வகுப்பு படிக்கும்வரைதான் அவர்களது குடும்பம் நாகர்கோயிலில் இருந்தது. அதற்குப் பிறகு அவளது அப்பாவுக்குத் திருவட்டாறு பக்கம் திருநந்திக்கரையில் ரப்பர் தோட்டத்தில் நல்ல சம்பளத்திற்கு வேலைகிடைக்க குடும்பம் இடம்பெயர்ந்தது. பெரிய லாரியொன்றில் எல்லாப் பொருட்களும் ஏற்றப்பட்டுப் பின்னால் வர, காரில் அவர்களது குடும்பத்தினர் முன்னால் சென்றுகொண்டிருந்தனர். கார் கண்ணாடியை இறக்கிவிட்டு, கையை வெளியில் தொங்கவிட்டபடி முட்டைக் கண்களை உருட்டிக்கொண்டு ஒவ்வோர் இடத்தையும் ஆச்சர்யம் தாளாமல் பார்த்துக்கொண்டிருந்தாள் சௌதாமினி. ஆசாரிப்பள்ளம், தக்கலை, திருவட்டாறு என்று ஒவ்வோர் இடத்தைத் தாண்டும்போதும் நாகர்கோயிலை இழக்கிறோம் என்ற உணர்வு ஏற்படாமல் தனக்கான சொர்க்கத்தை அடையப்போகிறோம் என்ற பேரார்வம்தான் சௌதாமினியின் முகத்தில் தென்பட்டது.

திருநந்திக்கரையில் நந்தீஸ்வரர் கோயிலுக்குக் கூப்பிடு தொலைவிலேயே அவர்களது வீடு. அதுவும் பேச்சிப்பாறை அணையின் ஒருகிளையாக ஓடும் சிற்றாறு பட்டணங்கால் வாய்க்கால் இவர்களது வீட்டின் வாசலிலேயே இருந்தது. தலைநிமிர்ந்து பார்த்தால் வானமே தெரியாத அளவுக்கு அவ்வளவு மரங்கள் நிறைந்த பசுமை போர்த்திய காடாக இருந்தது. அவர்கள் வீட்டைச் சுற்றிப் பலா, இலவு, அயனி என்று எந்தப் பக்கம் திரும்பினாலும் மரங்கள். போதாக்குறைக்கு சௌதாமினியின் அம்மா, பழமரங்களையும் பூச்செடிகளையும் சகட்டுமேனிக்கு நட்டுவைக்க, அவை சிறிது காலத்திலேயே பூத்துக் குலுங்கிப் பொலிந்து நின்றன. அதிலும் குறிப்பாக அந்தப் பகுதியில் எங்கும் காணப்படாத நிஷாகந்தி மலர், சௌதாமினியின் வீட்டில் இருந்தது. ஒவ்வோர் ஆண்டும் நிஷாகந்தி பூக்கும் காலத்தில் இரவில் விழித்திருந்து மொட்டவிழும் முதல்நொடிக்காகக் காத்திருப்பாள் சௌதாமினி. யாரிடமும் சொல்லாத தன் ஆழ்மன ரகசிய ஏக்கங்கள்போல, கனவுகள்போல மிகவும் ரகசியமாக இரவில் பூக்கும் நிஷாகந்தி சௌதாமினியின் விருப்பத்திற்குரிய தேர்வாக இருந்தது.

பக்கத்தில் பெரிய பள்ளிக்கூடங்கள் இல்லாததால் அரசுப்பள்ளியிலேயே சேர்க்கப்பட்டாள் சௌதாமினி. படிப்பில் எந்த அளவு கெட்டிக்காரியோ, அதே அளவு சேட்டை செய்வதிலும் முதலிடத்தில் இருந்தாள். மாலைநேரங்களில் நேதாஜி நூலகத்தில் சௌதாமினியின் அப்பாவைச் சந்திக்கும் வாத்தியார் மாதவன் நாயர், அவளது வால்தனங்களைச் சொல்லிக் குறைப்பட்டுக்கொள்வார்; கூடவே ரசிக்கவும் செய்வார். பள்ளி முடிந்ததும் திருநந்தீஸ்வரர் கோயில் பின்னாலுள்ள குகைக்கோயில் சௌதாமினியின் வாசஸ்தலமாயிருக்கும். அப்படியே பாறைகளைத் தொற்றி மலைமீது ஏறி, அங்குள்ள சிறிய சுனையில் படுத்தபடி ஆகாயத்தை உற்றுநோக்கிக்கொண்டிருப்பாள். ஒரு பெண்பிள்ளைகூட சௌதாமினியுடன் விளையாட வரமாட்டாள். ஆண் பிள்ளைகள் சுற்றி நிற்க, நடுவே மகாராணிபோல ஆணைகள் இட்டபடி ஒரே அதகளம்தான்.

அன்று சிவாலய ஓட்டத்திற்காய்ச் சீக்கிரமே எழுந்த சௌதாமினி, வாசலுக்கு வந்து நின்று சுழித்துச் சுழித்து ஓடும் வாய்க்காலையே பார்த்துக்கொண்டிருந்தாள். பேச்சிப்பாறை அணை நிறைந்து வழிந்ததால் திறந்துவிடப்பட்ட தண்ணீர் கொப்பளித்து வந்தது. பின்னால் வந்து நின்ற அவளது அம்மாவும் ஓடுகின்ற நீரைப் பார்த்து, "மோளே, ஆத்திலே நல்ல ஒழுக்கு கேட்டியோ, படியெண்ட நில்லு, சாட வேண்டாம்," என்றாள். அதுவரை அமைதியாக நின்ற சௌதாமினி வேகமாகத் தாவி, அந்தரத்தில் ஒருகணம் வானவில்போல வளைந்து சடக்கென்று மீன்கொத்திபோல நீருக்குள் பாய்ந்தாள். இதைப்பார்த்துப் பயந்துபோன சௌதாமினியின் அம்மா வீலென்று அலற, தண்ணீருக்குள் இருந்த தவளை போல் தலையை நீட்டி, வாயிலிருந்த நீரைக் குழாய் போல் பீய்ச்சியடித்துச் சிரித்தபடிக் கரையேறினாள் சௌதாமினி. அவள் முதுகில் அம்மா ஓங்கி ஓர் அறைவிட முயல, லாவகமாக உடல் வளைத்துத் தப்பி, பழிப்புக் காட்டிச் சிரித்தபடி வீட்டிற்குள் ஓடினாள்.

சிறிது நேரத்தில் எல்லாரும் மகாதேவர் ஆலயத்திற்கு வந்துசேர, அங்கிருந்த கல்மண்டபத்தில் திருவனந்தபுரத்தின் நாட்டியக்குழு குச்சிப்புடி நடனம் ஒன்றை நிகழ்த்திக்கொண்டிருந்தது. பார்வையின் வீச்சு, உடலின் நளினம், விரல்களின் அபிநயம் இவற்றை உற்றுப்பார்த்த சௌதாமினி அந்தநொடியே முடிவெடுத்தாள், குச்சிப்புடி நடனம் கற்றுக்கொள்வதென்று. செல்ல மகளின் சொல்லைத் தட்டாத அப்பாவும் உள்ளூர் வாத்தியார் ஒருவரிடம் சேர்த்துவிட்டார். அதுவரை யாரும் பார்த்திராத சௌதாமினியை மெல்ல, மெல்ல பார்க்கத்

தொடங்கினார்கள். நடனத்தில் தன்னை கரைத்துக்கொள்ள துவங்கி, வெளியில் பார்ப்பது அரிது என்ற நிலைக்கு வந்து சேர்ந்தாள். பத்தாம் வகுப்பில் பள்ளியிலேயே முதலாவது மாணவியாக வர, பன்னிரண்டாம் வகுப்பிலேயும் அது தொடர்ந்தது.

தன்னுடைய பதினாறாவது வயதில் மகாசிவராத்திரியன்று, திருநந்தீஸ்வரர் கோயில் மண்டபத்தில் சௌதாமினியின் நாட்டிய அரங்கேற்றம் நடைபெற்றது. அந்தநாளை இன்றும்கூட நினைவில்கொள்கிறார்கள் பலர். காரணம், அப்படியொரு அழகு, நடனம், இசை, சூழல் எல்லாம் ஒன்றிணைந்த தருணம் வெகுசிலருக்கே வாழ்நாளில் வாய்க்கக் கூடும்.

மேடையின் திரையில் நூற்றுக்கணக்கான அகல்விளக்குகள் பொருத்தப்பட்டிருந்தன. தூரத்திலிருந்து பார்ப்பதற்கு நட்சத்திரங்கள் பின்னணியில் வலம்வரும் நிலவுபோல காட்சி அளித்தாள் சௌதாமினி. துர்கை ஸ்துதியோடு தொடங்கி, விரிவான ஆலாபனைக்குள் சிவனைத் துதிக்கும் அந்தப் பாடலில் அவள் தன்னை மறந்து சுழன்று சுழன்று ஆடினாள். மயில்கழுத்து நிற ஜாக்கெட்டும் கத்திரிப்பூ நிறத்தில் புடவையும் அணிந்து, யானையின் முகபடாம்போல ஜொலிக்கும் நெத்திச்சுட்டி என அவள் பார்ப்பவர்களைக் கண்சொக்க வைத்தாள். புடவை கொசுவத்தின் விசிறி மடிப்பை இடது கையால் சற்றுத் தூக்கிப் பிடித்தபடி வலது கால் கட்டை விரலால் இடது கால் கட்டை விரலைப் பற்றிக்கொண்டு அவள் கொடுத்த அடவு, அட, அட. அதைப் பார்த்தவர்கள் தங்கள் கண்களையே மறந்துபோனார்கள். ஏதோ வானுலகத் தேவதையொருத்தி பெண்ணுடல் எடுத்து ஆடுவதாக நினைத்து மயங்கினார்கள்.

சௌதாமினி பெரிய பேரழகி என்று அன்றுதான் எல்லாருக்கும் தெரிந்தது. கவிழ்த்துவைத்த ஏழுபோன்ற மூக்கும் உருண்டை விழிகளும் குழிவிழும் கன்னமும் சதைப்பற்றான தோளும் என கல்லூரியின் புதுமுக வகுப்பில் அடியெடுத்து வைத்தாள். அங்குதான் அவள் ரகுவைச் சந்தித்தது. அது 1995ஆம் வருடம். அப்போதுதான் ‘சாஷ்யம்’ திரைப்படம் மூலமாக மலையாளத் திரைப்படவுலகில் மஞ்சு வாரியர் அடியெடுத்து வைத்தது. அடுத்தடுத்து ‘சல்லாபம்’, ‘தூவல் கொட்டாரம்’ என மலையாளத்தில் வெகுவேகமாக முன்னேறும் நடிகையாக மாறினார் மஞ்சு வாரியர். எங்கும் மஞ்சு வாரியரைப் பற்றித்தான் பேச்சு.

கல்லூரியில் சௌதாமினியை முதன்முதலில் மஞ்சு வாரியர் என்று அழைத்தது ரகுதான். “அசப்பில் அப்படியே உரித்து

வைத்தாற்போல் மஞ்சு மாதிரியே இருக்கியே, இனி நான் உன்னை மஞ்சுனுதான் கூப்பிடுவேன்," என்று உரிமையுடன் கூறினான். என்னவோ எல்லாரும் பேசிவைத்துக்கொண்டது போல் அவளை மஞ்சு, மஞ்சு என்றே கூப்பிட ஆரம்பித்தார்கள். கல்லூரி ஆண்டு விழா ஏற்பாடுகளின் பொறுப்பு இவளுடையது. மற்ற கல்லூரிகளிலிருந்து வந்து கலந்துகொண்டவர்கள் கூட, இவளை மஞ்சு என்று அழைக்க இவளது சொந்தப்பெயரான சௌதாமினி பலருக்கும் மறந்துவிட்டது. திருநந்திக்கரை கிராமத்தில், இவளுக்கு மஞ்சு என்ற பெயர் நிலைத்துவிட்டது.

சினிமாவில் சேர்ந்து நடிக்க ஆரம்பித்த திலீப்பும் மஞ்சு வாரியரும் காதலிப்பதாகக் கிசுகிசுக்கள் வர ஆரம்பித்தன அக்காலகட்டத்தில். அதேசமயம் கல்லூரியின் ஆய்வகத்திலும் நூலகத்திலும் அடிக்கடி ரகுவும் மஞ்சுவும் தனியாகச் சேர்ந்து சேர்ந்து பேசிக்கொள்கிறார்கள் என்றும் காதலிப்பதாகவும் கல்லூரி முழுவதும் பேச்சு அடிபட்டது. "ரகுவ காதலிக்கிறியாடி, சொல்லுடி," என்று தோழிகள் கேட்டபோது ஆமென்றும் சொல்லவில்லை, இல்லையென்றும் சொல்லவில்லை மஞ்சு.

அது என்னவோ ரகு என்ன சொன்னாலும் தலையாட்டத் தோன்றும் மஞ்சுவுக்கு. அதுவும் வட்டக்கோட்டை பக்கத்திலுள்ள ஆளரவமற்ற கடல்பகுதியில் பச்சைநிற அலைகள் விசிறி விசிறி அடிக்க அவள் கைப்பிடித்து அவன் பேசிய வார்த்தைகள், அலையின் சத்தத்தை ஒன்றுமில்லாமல் செய்துவிட்டது. முதலாமாண்டில் ஆரம்பித்த நட்பு இறுதியாண்டில் காதலில் வந்து முடிந்தது. அதற்குள் ரகு கல்லூரி முடிந்து சென்றுவிட்டாலும், நாள்தோறும் இவர்களது சந்திப்பு மட்டும் முடியவில்லை. பத்மநாபபுரம் அரண்மனை, திற்பரப்பு அருவி, மாத்தூர் தொட்டிப்பாலம் என்று எங்கெல்லாம் போகமுடியுமோ, அங்கெல்லாம் இவர்களைப் பார்க்க முடிந்தது. இவ்வளவு பேரழகியான மஞ்சு காதல் வசப்பட்டால் அவள் நடவடிக்கைகள் காட்டிக்கொடுத்துவிடாதா என்ன, அதுவும் பெற்ற தாய்க்கு?

காலந்தாழ்த்தி வீட்டுக்கு வரும்போதே சந்தேகம் வர ஆரம்பித்துவிட்டது. "எங்க போய்ட்டு வர்ற மஞ்சு," என்று அம்மா கேட்க, "ஒண்ணும் இல்லம்மா," என்று மஞ்சு சொன்னாலும் அவள் கண்களில் ஒளிந்திருந்த அந்தக் கள்ளச்சிரிப்பை அம்மா கண்டுபிடித்துவிட்டாள். அவளும் இளமையைத் தாண்டி வந்தவள்தானே!

அந்த வருடம் நிஷாகந்தி மலர்ந்த இரவில் பூவுக்கு அருகில் நின்றுகொண்டிருந்த மஞ்சுவிடம், "அந்தப் பையன் என்னவோ கிறிஸ்தவ நாடாராம், நமக்கு அதெல்லாம் சரிப்படாது," என்று

தேசம்மா

பட்டென்று போட்டு உடைத்தாள் அம்மா. பூவைக் குனிந்து உற்றுப் பார்த்து அதன் மணத்தை நுகர்ந்துகொண்டிருந்த மஞ்சுவுக்கு நெஞ்சு ஒருகணம் நின்று துடிக்க ஆரம்பித்தது. கொய்ங், ரீங், ட்ரீர் என்று பூச்சிகளின் கலவையான ஒலிகள்; அம்மாவிடம் அடுத்து என்ன சொல்வது என்று தெரியாமல் நின்றாள். அம்மாவும் தென்னை மரத்தின் மீது சாய்ந்தபடி கைகளைக் கட்டிக்கொண்டு நின்றிருந்தாள். தனித்த இருளில் ஒளிர்ந்த மலரைப் பார்த்தவண்ணம் இருந்தாள் மஞ்சு. இந்த இரவோடு இப்பூவின் ஆயுள் முடிந்தது. இந்த இரவோடு நமது காதலும் முடிந்துவிடுமா என்ன?

"நான் எல்லாத்தையும் விசாரிச்சிட்டேன் மஞ்சு, அந்தப் பையன் நல்லவன்தான், நல்ல குடும்பம்தான், நல்ல வேலையிலும் இருக்கான்... ஆனா அவங்க வேற ஆளுங்க, நாம வேற ஆளுங்க... கண்டிப்பா இது ஒத்து வராது, அப்பா இதுக்கு ஒருநாளும் சம்மதிக்க மாட்டார். நம்ம ஒறவுல நாளபின்ன ஒருத்தரும் இங்க எட்டிக்கூட பார்க்க மாட்டாங்க, இது எதையும் யோசிக்கலயா நீ," என்றார்.

"அம்மா, ரகு ரொம்ப நல்லவன்மா, எனக்குப் புடிச்சிருக்கு," ஈனஸ்வரத்தில் பேச்சைத் துவக்கினாள்.

"நானும்தானே சொல்றேன் அந்தப் பையன் நல்லவன்னு, கெட்டவனு சொன்னேனா?"

"உன்னோட எல்லா விஷயத்துக்கும் ஒப்புக்கிட்டதால, காதலிக்கிறதையும் ஒத்துப்போம்னு நெனச்சியா மஞ்சு?"

"ஒருவேளை ஒத்துக்கிட்டு இருக்கலாம், ஆனா ரகுவை ஏத்துக்க முடியாது.. இந்த நெனப்ப இத்தோட விட்டுடு."

விடிய விடிய நிஷாகந்தி மலரின் அருகிலேயே அமர்ந்திருந் தாள் மஞ்சு. அவள் கண்ணெதிரிலேயே அந்தப் பூ வாடலானது.

மறுநாள் திருவனந்தபுரம் யமுனா தியேட்டரில் மஞ்சு வாரியர் நடித்த 'பவித்ரம்' படத்தைப் பார்த்தபடி ரகுவிடம் வீட்டில் நடந்ததைச் சொன்னாள் மஞ்சு. "என் வாழ்க்கையில இன்னொரு பொண்ண நெனச்சிக் கூட பார்க்க முடியாது மஞ்சு. நான் கல்யாணம் பண்ணா அது உன்னத்தான். வேற என்ன சொல்றதுன்னு தெரியல" என்று கலங்கியபடிக் கூறினான்.

நேரடியாகக் கேட்கவில்லையே தவிர அப்பாவின் நடவடிக்கைகளில் காதல் விஷயம் தெரிந்ததுபோலவும்

இருந்தது, தெரியாததுபோலவும் இருந்தது. திடீரென்று நாகர்கோயில் பார்வதிபுரத்தில் இருந்து பெண் பார்க்க வந்தார்கள். கிருஷ்ணன் குட்டி! சுருள் சுருளான முடியும் இடுங்கிய கண்களும் அடர்த்தியான மீசையும் என்னவோ ஒன்றுக்கொன்று பொருந்தாக் கலவைகளின் உருவமாகத் தெரிந்தான். சார்ட்டட் அக்கவுண்டன்ட் என்று சொன்னார்கள். அதன்பிறகு வீட்டை விட்டு வெளியே செல்வதற்கான வாய்ப்பே கிடைக்கவில்லை. ஒன்றிரண்டு முறை பைக்கில் ரகு வீட்டைச் சுற்றி வட்டமிட்டதைப் பார்க்க முடிந்தது. ஆனால் மஞ்சுவால் தகவல் தெரிவிக்க முடியவில்லை.

நடிகர் திலீப், நடிகை மஞ்சுவாரியரின் காதல், கல்யாணத்தில் முடிந்த அதே தேதியில், ரகு – மஞ்சுவின் காதல் முடிவுக்கு வந்து கிருஷ்ணன் குட்டியோடு மஞ்சுவுக்குத் திருமணம் நடந்தது. எந்த நாகர்கோயிலை விட்டுச் சந்தோஷமாகப் பிரிந்து திருநந்திக்கரை வந்தாளோ, திருமணத்திற்குப் பின் அதே நாகர்கோயிலுக்கு வாழப்போனாள் மஞ்சு.

திருமணமாகி முழுதாக ஒருவருடம் முடிந்திருந்தது. கிருஷ்ணன் குட்டியின் பெற்றோர் எர்ணாகுளம் பக்கத்தில் எங்கோ ஒரு கிராமத்தில் இருந்தார்கள். எனவே மஞ்சுவும் கிருஷ்ணன் குட்டியும் மட்டும்தான். நல்ல வேலை, கைநிறைய சம்பளம், வாய் நிறைய குடி, இதுதான் கிருஷ்ணன் குட்டி. முதலிரவன்றே மெலிதான மதுவாடை அடித்தது. மறுநாள் காலை எழுந்து வாய் கொப்பளித்ததும், ஒரு மடக்குப் பிராந்தியை எடுத்துக் குடித்தான். கண்களை இறுக்கிக்கொண்டு தலையைக் குலுக்கி, “இதுவானு அசல் சரக்கு, நேத்து அடிச்சது பாரின் சரக்காக்கும், நமக்கு ஒத்துக்கிடல” என்று சிரித்தான். பார்வதிபுரத்திற்கு வந்ததிலிருந்து நித்தம் நித்தம் மதுக்குப்பியோடே குடித்தனம் நடத்த ஆரம்பித்தான். குடித்துவிட்டால் மஞ்சுவை ஆடச் சொல்லி நிர்ப்பந்தம் செய்வான். “என்னவோ பெரிய ஆட்டக்காரினு சொன்னாங்க, நீ என்னடான்னா கால் ஒடஞ்ச சீக்காளி மாதிரி, இழுத்து இழுத்து நடக்குற,” என்று சண்டை இழுத்தான்.

ஒருநாள் குளித்து முடித்துப் பூஜையறையில கண்கள் கலங்க நின்றுகொண்டிருந்தாள் மஞ்சு. “யாரைப் பார்க்க இப்படி ரதியாட்டம் ரெடியாகி நிக்குற, நான் போன பின்ன யாரையாச்சும் வரச்சொல்லி இருக்கியா?” என்று சொல்லிக் கன்னத்தில் பளாரென்று அறைந்தான். பிறந்ததிலிருந்து யாரும் மஞ்சுவைத் திட்டியதுகூட கிடையாது, முதல்முறையாக அடி.

கண்களில் பூச்சி பறக்க உதட்டோரம் ரத்தம் கசிய தலைசுற்றி விழுந்தாள். அதன்பின்னர் இது வாடிக்கையாகிப் போனது. சாப்பாடு சரியில்லை, புடவை சரியில்லை, கரண்ட் போய்விட்டது இப்படி எல்லாவற்றுக்கும் அடி விழ, அது பழகிப்போனது.

இரண்டுமுறை பார்வதிபுரம் வந்துபோன மஞ்சுவின் அம்மா, இங்கு வாழ்க்கை சரியில்லையென்பதைப் புரிந்துகொண்டாள். மஞ்சு வாய்விட்டு ஒரு வார்த்தை சொல்லவில்லை. மஞ்சுவின் அம்மாவாலும் வாய்விட்டு ஒருவார்த்தை கேட்கமுடியவில்லை. மனப்புழுக்கத்தோடே வீடு வந்து சேர்ந்தாள். ஒருமுறை நாகர்கோயிலுக்கு வேலைவிஷயமாக வந்த மஞ்சுவின் அப்பா, இரவில் பேருந்தைத் தவறவிட்டதால் மஞ்சுவின் வீட்டில் தங்கிவிட்டு மறுநாள் ஊருக்குச் செல்லலாம் என்ற யோசனையோடு வந்தார். இரவு பன்னிரண்டு மணியளவில் மகளின் வீட்டுக் கதவைத் தட்ட, முழுபோதையில் கதவைத் திறந்த கிருஷ்ணன் குட்டி, மஞ்சுவின் அப்பா மாதவன் நாயரை அடையாளம் கண்டுகொள்ள முடியாமல் தள்ளாடினான். "நான் இருக்கிறப்போவே, ஆம்பளைங்கள வரச்சொல்றியாடி" என்று அவர் எதிரிலேயே மஞ்சுவைப் போட்டு எட்டி எட்டி உதைத்தான்.

அன்று போனவர்தான், மறுநாள் அவர் உயிரிழந்த தகவல் மஞ்சுவுக்குக் கிடைத்தது. ஒன்றுமே அறியாதவன் போல் சடலத்துக்கு மாலையணிவித்து விட்டு திருநந்தீஸ்வரர் குகைக் கோயில் அருகே குடிக்கப் போனவன் இரவு முழுவதும் வரவேயில்லை. இரண்டு வருடங்கள் கழித்து அப்பாவின் மரணத்தின்போதுதான் மீண்டும் ரகுவைப் பார்த்தாள் மஞ்சு. இன்னும் சொல்லப்போனால் சொந்தங்கள் சுற்றி நின்றாலும், இறுதிச்சடங்கின் எல்லா வேலைகளையும் யாரும் சொல்லாமலேயே முன்நின்று செய்தான் ரகு. மஞ்சுவின் அம்மாவும் ஏன் என்று ஒரு கேள்வி கேட்கவில்லை. சுடுகாட்டில் இருந்து வீடுதிரும்பிக் கால்கழுவிய ஈரத்தோடே உறவினர்கள் ஒவ்வொருவராக விடைபெற எஞ்சியது மஞ்சு, அவள் அம்மா, ரகு அப்புறம் போதையில் கிருஷ்ணன் குட்டி.

அம்மாவை உரிமையோடு பார்வதிபுரத்திற்கு வந்துவிடு என்று சொல்லவும் முடியவில்லை, தனியாக திருநந்திக்கரையில் எப்படி விட்டுச் செல்வது என்றும் புரியவில்லை. முடிவெடுக்க முடியாமல் திணறினாள் மஞ்சு. ஆனால் இதுபற்றி எந்தக் கவலையும் கொள்ளாமல் காரை ஸ்டார்ட் செய்துவிட்டு "இன்னும் ரெடியாகலையா? எனக்கு ஆயிரம் வேலையிருக்கு, இங்கேயே டேரா போட்டு ஒக்கார முடியாது" என்று கத்தினான்

கிருஷ்ணன் குட்டி. "அம்மாவுக்கு ஒத்தாசையா நான் இருக்கேன், நீ கிளம்பு! ஏதாச்சும்னா போன் பண்ணு," என்று ரகுதான் தேற்றி அனுப்பினான். வீடு வந்து சேர்ந்ததிலிருந்து ரகுவின் பெயரைச் சொல்லிச் சொல்லி மஞ்சுவுக்கு அடி கிடைத்தது. இவ்வளவு நாள் அடிவாங்கும்போதெல்லாம் காரணம் தெரியாமல் அடிவாங்கிய மஞ்சுவுக்கு, ரகுவின் பெயரால் விழுந்த அடியில் வலி தெரியவில்லை.

ஒருவருடம் கழித்து மஞ்சுவின் அப்பா வேலைபார்த்த இடத்தில் கிடைத்த செட்டில்மெண்ட் பணத்தில் திருநந்திக்கரையில் ஒரு தோட்டத்தை விலைக்கு வாங்கினாள் மஞ்சுவின் அம்மா. அதற்கு மஞ்சுவின் கையெழுத்தைப் பெறவேண்டி இருக்கவே, ரகுவின் துணையோடு பார்வதிபுரத்திற்கு வந்தார்கள். மஞ்சுவின் வீட்டின் நடுஹாலில் இடதுபுற இருக்கையில் ரகு, மஞ்சுவின் அம்மா. நடுநாயகமாக கிருஷ்ணன் குட்டி, எதிர்ப்புறம் மஞ்சு. "இவன மனசுல நெனச்சிக்கிட்டுதான் என்கிட்ட டெய்லி படுக்குறியாடி" என்று மஞ்சுவின் அம்மா எதிரிலேயே கிருஷ்ணன் குட்டி கத்த, மூன்று பேருக்கும் என்ன செய்வது என்று தெரியாமல் திகைத்து நின்றார்கள். தலையில் கையை வைத்துக்கொண்டு "மகாதேவா, என்ன இது சோதனை, இதையெல்லாம் நான் கேக்கணுமா," என்று மஞ்சுவின் அம்மா அலறினார். அம்மாவைத் தேற்றுவதற்காக, "இதுதான் உனக்கு மரியாதை, இனி ஒருவார்த்தை பேசுன, அவ்ளோதான்," என்று கிருஷ்ணன் குட்டியைப் பார்த்துச் சீறினாள் மஞ்சு. இதனால் கோபமடைந்த கிருஷ்ணன் குட்டி, மஞ்சுவின் கன்னத்தில் ஓங்கி ஓர் அறைவிட்டான். தடுக்கப் பாய்ந்த மஞ்சுவின் அம்மாவைத் தள்ளிவிட, அதுவரை பொறுமைகாத்து வந்த ரகு, கிருஷ்ணன் குட்டியின் சட்டையைக் கொத்தாகப் பிடித்துச் செவிட்டில் ஓர் அறைவிட்டான். மூக்கில் ரத்தம் வழிய நாற்காலியில் மடாரென்று விழுந்தான் கிருஷ்ணன் குட்டி.

அன்றிரவு முதல்முறையாக ரகுவுக்கு மஞ்சு போன் செய்தாள். "அம்மா எப்படி இருக்காங்க, அழுதாங்களா? சாப்டாங்களா? கூட யாராச்சும் இருக்காங்களா," என்று கேவிக் கேவி அழுதாள். "மஞ்சு, எங்க சாரதா அத்தைய உங்க அம்மாகூட துணைக்கு இருக்கச் சொல்லி இருக்கேன். நானும் உங்க வீட்லதான் இருக்கேன். நீ கவலைப்படாத, உங்கம்மாவை நான் பார்த்துக்குறேன்" என்று சொல்ல, இருவரும் அடுத்து என்ன பேசுவது என்று தெரியாமல் போனில் அமைதியாக இருந்தனர். "ஐ லவ் யூ ரகு, ஐ மிஸ் யூ சோ மச்" என்று சொல்லிவிட்டுப் போனை வைத்தாள் மஞ்சு. நிஷாகந்தி பூத்த அந்த இரவில்

விடிய விடிய பூவுக்கு அருகிலேயே நின்றுகொண்டிருந்தான் ரகு. அதிகாலையில் எழுந்து வெளியே வந்த மஞ்சுவின் அம்மா, நிஷாகந்தி மலரின் அருகில் அமர்ந்திருந்த ரகுவைப் பார்த்து கண்கலங்கியபடி உள்ளே சென்றாள்.

சீரான இடைவெளியில் ரகுவும் மஞ்சுவும் பேசிகொள்ள ஆரம்பித்தார்கள்.

“ஏன் ரகு கல்யாணம் பண்ணிக்காம இருக்க,” என்று ஒருநாள் கேட்டாள் மஞ்சு.

“அன்று சொன்னதுதான் மஞ்சு, என் வாழ்க்கைல இன்னொரு பொண்ணுக்கு இடமில்லை; என்னால உன்னை மறக்க முடியல. எங்க வீட்ல கூட கல்யாணம் பண்ணிக்க, பண்ணிக்கனு சொல்லிச் சொல்லி ஓஞ்சிட்டாங்க, நான் என்ன பண்ணட்டும்... திருவட்டாறு ஆதிகேசவர் கோயில் மண்டபத்துல என் கையைப் புடிச்சிக்கிட்டு என் நெஞ்சுல சாஞ்ச, அதுக்குப்பிறகு என் நெஞ்சுல இன்னொருத்திக்கு இடமில்லை மஞ்சு.... என்று சொல்லி போனிலேயே அழ ஆரம்பித்தான்.

தோட்டத்தில் விளைந்த பலாப்பழத்தை மஞ்சுவிடம் எப்படியாவது சேர்த்துவிடச் சொல்லி ரகுவிடம் மஞ்சுவின் அம்மா ஒருநாள் கேட்க, அதனை எடுத்துக்கொண்டு வந்த ரகு, பார்வதிபுரத்தில் இரண்டு நாள் காத்திருந்தான். கிருஷ்ணன் குட்டி இல்லாத நேரம் பார்த்து மஞ்சுவின் வீட்டிற்குச் சென்று பலாப்பழத்தைக் கொடுக்க, அவனைக் கட்டிக்கொண்டு அழுது தீர்த்தாள் மஞ்சு. “என்னால இங்க வாழ முடியல ரகு, உன்ன மறக்கவும் முடியல,” என்று சொல்லிச் சொல்லி மாய்ந்து போனாள். மஞ்சுவைப் பார்த்ததையும் பலாப்பழத்தைக் கொடுத்ததையும் சொன்ன ரகுவின் முகத்தை உற்றுப் பார்த்தாள் மஞ்சுவின் அம்மா. “வேற என்னப்பா சொன்னா?” என்று கேட்க, “ஒண்ணும் இல்லம்மா” என்று சொல்லிவிட்டு ஓவென அழுதான். “நான் தப்பு பண்ணிட்டேன் ரகு, இப்படியெல்லாம் ஆகும்னு எனக்குத் தெரியாதுப்பா, வேணும்னு நான் உங்கள பிரிக்கல” என்று சொல்லி அவளும் அழ வாசலில் அமைதியாக ஓடிக்கொண்டிருந்தது திருநந்திக்கரை ஓடை.

கல்யாணம் முடிந்து முழுதாக ஐந்து ஆண்டுகள் ஓடிவிட்டிருந்தது. டெய்சி என்ற ஆங்கிலோ இந்தியப் பெண் ஒருத்தியை முதலில் வீட்டிற்கு அழைத்துவந்த கிருஷ்ணன் குட்டி, அவளுடன் விடிய விடிய மதுபோதையில் மிதந்தான். முதலில் மாதத்திற்கு ஒருமுறையும், பிறகு வாரத்திற்கு ஒருமுறையும், சமீபகாலமாக நாள்தோறும் டெய்சியுடன் மதுஅருந்துவது கிருஷ்ணன்

குட்டிக்கு வாடிக்கையாகிவிட்டது. அன்றும் அப்படித்தான், ஹாலில் அமர்ந்து குடித்துக்கொண்டிருந்த கிருஷ்ணன் குட்டி டெய்சியிடம், " யூ னோ மஞ்சு இஸ் எ எக்சலண்ட் டான்சர், ஷி இஸ் எ தேவதாசி ஆப் தேர் டெம்பிள்," என்றான். "ஏய் மஞ்சு வந்து ஆடுடி" என்று கத்தினான். தள்ளாடியபடியே எழுந்து சென்று பூஜையறையில் வைக்கப்பட்டிருந்த சலங்கையை எடுத்துவந்து மஞ்சுவின் முகத்தில் வீசினான். "கட்டிக்கிட்டு வந்து ஆடி காமிடி, கண்டவனுக்கு ஆடிக் காமிச்சி இருப்பல, எனக்கும் கொஞ்சம் காட்டுடி" என்று கெக்கேபிக்கே எனச் சிரித்தான்.

சலங்கையைக் கையிலெடுத்துப் பார்த்த மஞ்சு, அதனை மடித்து அதற்கான பெட்டியில் வைத்தாள். போனை எடுத்து "ரகு கொஞ்சம் வீட்டுக்கு வர்றியா" என்றாள். வேலைக்குப் போய்விட்டு வீடு திரும்பிக்கொண்டிருந்த ரகுவுக்கு மஞ்சுவின் அழைப்பும் அவளது குரலும் வயிற்றில் பயத்தை உண்டாக்கின. உடனே மஞ்சுவின் அம்மாவுக்கு போன் செய்து விஷயத்தை சொல்ல, அவர்களும் பயந்து "உடனே போய் பாரு ரகு. என்னனு தெரியலயே" என்று பதறினார்கள். பைக்கை எடுத்துக்கொண்டு மின்னல் வேகத்தில் பார்வதிபுரத்தை நோக்கிப் பாய்ந்தான் ரகு.

"என்னடி என் எதிர்லேயே ரகுவுக்குப் போன் போட்டு வரச்சொல்ற, அவ்ளோ திமிர் ஆகிடுச்சா, கொன்னு போட்டுறுவேன்," என்று மஞ்சுவை அடிக்கக் கையை ஓங்கினான்.

"ரகு வரட்டும், அவன் எதிரில் அடி, அப்போ பார்க்கலாம்," என்று ஆடாமல் அசையாமல் உறுதியாகக் கூறினாள் மஞ்சு.

ஒன்றும் சொல்லாமல் டேபிளிலிருந்த மதுபாட்டிலை அப்படியே எடுத்து மொத்தமாக வாயில் கவிழ்த்தான்.

தனது அறைக்குச் சென்ற மஞ்சு, சூட்கேசை எடுத்துத் தனக்குத் தேவையான பொருட்களை அடுக்கினாள். பூஜையறைக்குச் சென்று மடித்துவைத்த சலங்கையை எடுத்து அதனையும் சூட்கேசில் வைத்துக்கொண்டாள். கிச்சனுக்குச் சென்று கேஸ் ஸ்டவ்வை அணைத்தாள். பீரோவைத திறந்து வங்கிக் கணக்குப் புத்தகம், மின்சாரக் கணக்குக் கட்டண அட்டை இப்படி எல்லாவற்றையும் எடுத்துவந்து கிருஷ்ணன் குட்டியின் எதிரில் வைத்தாள். அமைதியாக சோபாவில் அமர்ந்தாள். ஒருமணி நேரம் கடந்திருக்கும். தடாலென்று இரும்பு கிரில் கதவு திறக்கப்படும் சத்தம் கேட்டது. கூடவே

காலிங்பெல் ஒலியும் கேட்டது. கதவைத் திறந்த மஞ்சு, ரகு மூச்சு வாங்க நிற்பதை பார்த்தாள்.

பின்னர் திரும்பி கிருஷ்ணன் குட்டி அருகில் வந்து தன் கழுத்தில் இருந்த தாலியைக் கழற்றி டேபிளில் வைத்துவிட்டு, அவன் கன்னத்தில் ஓங்கி அறைந்தாள். பிறகு சூட்கேசை எடுத்துக்கொண்டு "போகலாமா ரகு" என்றாள். அவனுக்கு ஒன்றுமே புரியவில்லை. என்ன நடக்கிறது என்று யோசிப்பதற்குக் கூட அவனுக்கு மூளை வேலைசெய்யவில்லை. மஞ்சுவின் கையில் இருந்த சூட்கேசை வாங்கிக்கொண்டு அவள் கையைப் பிடித்து வெளியே அழைத்துச் சென்றான். பைக்கின் முன்னால் சூட்கேசை வைத்துக்கொள்ள, மஞ்சு பின்னால் அமர்ந்துகொள்ள வண்டி, திருநந்திக்கரை நோக்கித் திரும்பியது.

மறுநாள் திலீப் – மஞ்சு வாரியர் விவாகரத்து பற்றி மலையாள, தமிழ் நாளிதழ்களில் போடப்பட்டிருந்தது.

வீடு வந்த சேர்ந்த மஞ்சுவையும் ரகுவையும் பார்த்த மஞ்சுவின் அம்மா ஒன்றும் பேசாமல் மகளைக் கட்டி அணைத்துக் கொண்டாள். அன்றிரவு அம்மாவும் மகளும் எதுவும் பேசாமல் வாசலில் ஓடுகின்ற திருநந்திக்கரை வாய்க்காலையே பார்த்துக்கொண்டு அமர்ந்திருந்தனர். மறுநாள் காலை வீட்டிற்கு வந்த ரகுவிடம், தான் திருநந்திக்கரை கோயில் திருவிழாவில் ஆடவேண்டும் என்றும், விழா கமிட்டி ஆட்களிடம் பேசு என்றும் கூறினாள். திருநந்திக்கரை கிராமத்தின் செல்லமகள் அல்லவா இந்த மஞ்சு, ஒருவரும் மறுவார்த்தை பேசாமல் ஒப்புக்கொண்டனர். அன்று மாலையே வீட்டில் பயிற்சியை மேற்கொள்ள ஆரம்பித்தாள் மஞ்சு.

பன்னிரண்டு ஆண்டுகள் கழித்து மீண்டும் ஒரு மகாசிவராத்திரியன்று திருநந்தீஸ்வரர் கோயில் மண்டபத்தில் முழு ஆடையலங்காரங்களுடன் நின்றாள். மஞ்சள் புடவையும் சிவப்பு நிற ஜாக்கெட்டும் அதற்குத் தகுந்தாற்போல் குஞ்சலம் வைத்துக் கட்டப்பட்ட ஜடையும், காலில் மினுங்கிய புதுச் சலங்கையும் கோயிலுக்கே புது அழகைக் கூட்டின. இரு கைகளையும் கூப்பி, அரைநிலையில் அமர்ந்தபடி புருவத்தை உயர்த்தி மஞ்சு அவையை வணங்கியபோது கூடியிருந்த கூட்டம் ஹோவென்று கத்தியது. ஆடி முடித்துவிட்டு வீடு திரும்பிய இரவு, "நீ ரகுவை கட்டிக்கிறியா? அவனுக்கு விருப்பம் இருக்கா? நான் வேணா கேட்கவா," என்று மஞ்சுவிடம் கேள்வி எழுப்பினாள் அம்மா. மறுநாள் விடிந்ததும், கிருஷ்ணன் குட்டிக்கு விவாகரத்து நோட்டீஸ் ஒன்றை அனுப்பினாள் மஞ்சு. சில மாதங்களுக்குப் பிறகு அதுவும் கைக்கு வந்து சேர்ந்தது.

மறுவார்த்தை பேசாமல் ரகுவின் வீட்டில் திருமணத்திற்கு ஒப்புதல் தந்தனர். மிக எளிமையாக அதே திருநந்திக்கரை கோயிலில் நடைபெற்றது ரகு – மஞ்சு திருமணம்.

விவாகரத்திற்குப் பிறகு நடிகை மஞ்சு வாரியர் நடித்து வெளிவந்த "ஹவ் ஓல்டு ஆர் யூ" என்ற திரைப்படம் வெளியாகி வெற்றிகரமாக ஓடிக்கொண்டிருந்தது.

இதோ திருவனந்தபுரம் யமுனா தியேட்டரில் மஞ்சு வாரியர் நடித்த "ஹவ் ஓல்டு ஆர் யூ" என்ற படத்தை பார்த்துக் கொண்டிருக்கின்றனர் ரகுவும் மஞ்சுவும்.

●

தேசம்மா

"ஒய் . . . யார்றா அது"

இடுப்பளவு தண்ணீரில் அடைப்புவலையை அணைஞ்சபடி நின்னுகிட்டிருந்த குள்ளப்ப செட்டி குரல் கொடுக்க . . .

"நாந்தாங்க பிச்சை" என்று கரையோர இருட்டில் தாழைப் புதருக்குப் பின்னாலிருந்து குரல் வந்தது . . .

"வில்லியனா . . . உனக்கு என்னடா இங்க வேல?"

"தோலுரிச்ச நண்டு கெடக்கானு பாக்க வந்தேனுங்க."

"சரியா போச்சு.. அம்மாசைக்குத் தேட வேண்டியத இன்னிக்குத் தேடி வந்தா எப்படிடா கெடைக்கும்? வில்லியன் வேலைய பாருடா, பரிய எடுத்து இடுப்பில கட்டிக்கிட்டா நீ பரவன் ஆயிடுவியா? போடா போ, ஏரில கால வச்சா அவ்ளோதா பஞ்சாயத்துல நாடுபாக்க நிக்க வச்சுடுவேன்," என்று கூறியபடி வலையில் துள்ளிய கானாங்கத்திகளைப் பரியில் அள்ளிப்போட்டபடி கரையேறினார் குள்ளப்ப செட்டி.

வலையைக் கரையில் உலர்த்திவிட்டு ஒரு கையில் பரியையும், மறுகையில் சிக்கத்தையும் பிடித்தபடி வேகவேகமாகப் பனை மரங்கள் உயர்ந்துநின்ற பாதையில் மேடேறினார்.

இஞ்சையம்மன் கோவிலில் இன்று கன்னிசாமிக்குப் படையல். ஊரே அமிலோகத்திமிலோகப்பட்டது. வடக்க நெல்லூரில் இருந்தும், தெக்க திருவத்துர்ல இருந்தும் வந்த மொத்த ஜனத்தால பழைய சீவரம் ஏரி கிராமமே பிதுங்கியது போல் காணப்பட்டது.

காலையிலேயே சுடுமண் குதிரை சுடுவதற்குப் பூசாரி தயாராகிக்கொண்டிருந்தார். நல்ல இளைஞ்ச மண்ணா பாத்துக் கையால் அளைந்துகொண்டிருந்தார். இடுப்பில் கந்தலைச் சுற்றியபடி சின்னப் பசங்க ஆர்வத்தோட எட்டிப்பார்த்து, மண்ணைக் கையால் தொட முயன்றனர்.

“ஏய் கையா எடுங்கடா, நாலு கை பட்டா குதிரை தல நிக்காதுடா… ஓடுங்கடா,” என்று பூசாரி குரல் கொடுக்க, வலை கண்ட மீனாய் சிறுவர்கள் தெறித்தோடினர்.

தன் பங்குக்குச் சிறுவர்களை விரட்டிய குள்ளப்ப செட்டி, கல்வீட்டுக்கு முன்னால் நின்று குரல் எடுத்தான்.

“பஞ்சாயத்தாரே, பஞ்சாயத்தாரே!”

“என்ன குள்ளப்பா, காலையிலயே வாசல்ல, சந்தைக்குக் கூட போகாம புடிச்ச மீனோட வந்து நிக்குற,” என்று படியிறங்கினார் அலைச்சல் செட்டி.

“இந்த வில்லியனுங்கள ஒரு வார்த்த சொல்லிவைக்கணும். அவனுங்க வலை புடிக்க ஆசைப்பட்றானுங்க, நண்டு தேறி கரையில சுத்துறானுங்க, வுட்டா, நாளைக்கே கட்டுமரம் அணைஞ்சு கடலுக்கு போவானுங்களோ. அத பாத்துக்கிட்டு நாம சிக்கத்தைத் தலையில கவுத்துக்கணுமா,” என்று மூச்சிரைத்தார்.

“அவங்க ஏன்டா இங்க வர்றாங்க, ஏரிக்கு அந்தப் பக்கம் தாழைக்காட்டுக்குள்ள சுத்தப் போறானுங்க. யார் யாரு, எங்க இருக்கணுமோ, அங்க தா இருக்கணும். குளவி வேடனும் சொறி மீனும் ஒண்ணாகுமா. ஆகாது, போடா நா பார்த்துக்கிறேன்,” என்றார் அலைச்சல் செட்டி.

“என்னமோ பண்ணுங்க,” என்று அணத்தியபடி அருகில் இருந்த பனையோலைக் குடிசைக்குள் நுழைந்தார் குள்ளப்ப செட்டி.

“என்னப்பா, வாட்டமா வந்து இருக்கீங்க,” என்றபடி வந்தாள் காட்டாயி.

“அயிலா எதுவும் இன்னிக்கு சிக்கலயா” என்றபடிப் பரியை ஆராய்ந்தாள். “நல்லாதானே பாடு இருக்கு. பிறகு எதுக்கு கன்ன எலும்ப தாண்டி கோவம், தெரியுது.”

"அது ஒண்ணும் இல்லமா, வர வர தண்ணில யாரு கால வைக்கிறதுனு ஒரு வரமொற இல்லாம போச்சு. இந்த வில்லியனுங்க பட்டினவனா ஆக ஆசைப்பட்றானுங்க."

"யாரு வந்தா என்னப்பா, இவ்ளோ பெரிய கடல்ல, அவங்க மரமேறி நம்ம பங்க எடுத்துட போறாங்களா என்ன?"

"வெவரம் தெரியாம பேசாத.. ஆனானப்பட்ட சிவனே தேடி வந்து பொண்ணு எடுத்த குலம் நம்மளது. பார்வதின்னாக்கா யாருனு கேட்ட ... நம்ம பர்வதராஜ குலம். இன்னின்னாருதா இதஇத செய்யணும்னு ஒரு இது இருக்கு," என்றபடி இலைச் சுருட்டைக் கையில் அரக்கி வாயில் அதக்கியபடி முதுகை வாகாகத் தரைக்கு கொடுத்து கண் சொக்க ஆரம்பித்தார்.

வழக்கமாகக் கேட்கும் கதை; அதைக் காதில் வாங்கிக் கொள்ளாமல் பரியில் இருந்த மீன்களை அள்ளிக் கூடையில் போட்டுச் சந்தைக்குக் கிளம்பினாள் காட்டாயி.

வெய்யில் ஏற ஆரம்பித்திருந்தது. குதிரை சுடுவதற்குக் கட்டப்பட்ட சூளையிலிருந்து புகைமூட்டம் எழுந்தது. இன்னும் கொஞ்ச நேரத்துல சுட ஆரம்பிச்சுடுவாங்க என்று நினைத்தபடிச் சந்தையில் கால் பதித்தாள்.

இது நெய்த்தோலி பருவம்; சந்தையில் தண்ணீர் சிந்தாத கூடைகளில் நெய்த்தோலி நிரம்பியிருந்தது. வெய்யில் தெரியாமல் இருக்க முந்தானையால் தலைமறைத்து ஒரு கையால் பனையோலை விசிறிகொண்டு ஈக்களை விரட்டியபடிக் கடமா, மத்தி, சூரைமீன்களை விற்றுக்கொண்டிருந்த பெண்கள் வரிசையில்போய் அமர்ந்தாள் காட்டாயி.

"வாடி, எதுக்கு இம்மா நேரம், உங்க அப்பன் கடலுக்கு போனானா, கடலுக்கு அப்பால போனானா," என்று ஈறுதெரிய சிரித்தாள் அஞ்சல.

"அதுக்கு என்ன, ஊர் விஷயத்த தூக்கி தலையில போட்டுக்கிட்டு, வெறும் கூடையத் தூக்கி எந்தலைல வைக்குது" என்று பதிலுக்குச் சிரிப்பை உதிர்த்த காட்டாயி, 'கானாங்கத்தி' என்று கத்தத் துவங்கினாள். கால் பிரித்துநின்ற நிலையில் அம்மி அளவுக்கு இருந்த நண்டுகளை இரண்டு கைகளில் ஏந்தி கத்திக் கொண்டிருந்தனர் ஒருபுறம். வாங்க வந்த வைரவன் செட்டிச்சியிடம், செவுள் பிரித்து மீன்களைக் காண்பித்தாள் அஞ்சல.

உச்சியில் கவண் பொருத்தப்பட்ட நீண்ட மூங்கிலை ஏந்தியபடிச் சந்தைக்குள் கால்பதித்தான் பிச்சை. நாள்பட்ட கருங்காலி மரத்தின் வழுவழுப்பைப் போன்று மின்னியது

வியர்வை சொட்டிய அவனது உடல். கண்களால் சந்தையை அளந்தபடி கானாங்கெத்தியில் நிலைகுத்தினான். பிறகு விறுவிறு வென்று சந்தையைத் தாண்டி தோணிரேவை நோக்கிச் சென்றான்.

செல்லமாகத் தரையைத் தட்டியபடி வந்துசென்ற அலைகளுக்கு மேல் காற்றுக்குத் தோதாக ஆடிக்கொண்டிருந்தன கட்டு மரங்கள். செய்து முடிக்கப்பட்ட கட்டுமரங்கள், அரைகுறை யாகக் கட்டப்பட்ட தோணிகள், பலகைகளாக அறுக்கப்பட்ட வாகை மரம், கருவை மரம் போன்றவை கரையெங்கும் காணப்பட்டன. திருவிழா என்பதால் தோணிரேவு பகுதியில் வேலையாட்கள் என யாருமில்லை. எப்போதும் காணப்படும் சுருட்டு பாய் கூட கண்ணில் தென்படவில்லை.

ஒதுங்கியிருந்த கட்டுமரம் ஒன்றின் அமரமுனையில் போய் அமர்ந்த பிச்சை, இருட்டில் தெரியும் பூனையின் கண்களாய் மின்னி மின்னி மறையும் கடற்பரப்பைப் பார்த்தபடி இருந்தான். தன்னை மறந்து அயர்ந்த அவன் முகத்தில் நிழலின் குளுமை பட கண் திறந்தான். தெத்துப்பல் தெரிய விழிசுருக்கிச் சிரித்தபடி நின்றாள் காட்டாயி.

“எங்கப்பனுக்கு முன்னாடி வர்றாத, அவர் கண்ல படாதனு சொன்னா கேக்குறியா? காலையிலேயே அவர் உன்னை பார்த்துட்டு பஞ்சாயத்த கூட்டப் பாத்தாரு,” என்று சொல்லியபடிக் கால்களைத் தண்ணீரில் தொங்கவிட்டபடிக் கட்டுமரத்தில் அமர்ந்தாள்.

“உன்னை பார்க்குறதா இருந்தா நான் நேரா சந்தைக்கு வர மாட்டேனா, கருக்கல்ல கரைக்கு எதுக்குப் போகணும்? உங்க அப்பன் கண்ணுல ஏன் படணும்? நெஜம்மாவே எனக்கு கட்டுமரத்துல ஏறிக் கடலுக்குப் போக ஆசையா இருக்கு. ஆனா உங்க ஆளுங்க என்னைய சேத்துக்கிட மாட்டாங்க,” என்றான்.

“யாருக்கு என்ன இருக்கோ, அதை வெச்சு பொழைச்சுக்க வேண்டியதுதான். இல்லாததுக்கு எதுக்கு ஆசைப்படணும்,” என்று அவன் எண்ணெய் காணாத தலையின் சிக்கெடுத்தபடிக் கூறினாள் காட்டாயி.

“ஏன் நான் வலைபோட்டா சிக்காதா எதுவும்,” என்று கோவமாக பிச்சை கேள்வி எழுப்ப “இப்ப எதுக்கு இந்த பேச்சு,” என்ற அவன் காய்ப்பேறிய விரல்களுக்கு நயமாக சுளுக்கெடுத்தாள்.

“உனக்கு என்ன இப்ப கடலுக்கு போகணும் அவ்ளோ தானே, நான் சொல்லித் தர்றேன், நான் கூட்டிப் போறேன்,” என்று கட்டுமரத்தில் சாய்ந்தாள்.

கிருஷ்ணாபட்னத்துக்குப் போனப்போ அவன் அப்பன் வாங்கி வந்த கட்டம் போட்ட புடவை கட்டுமரத்தைப் பாய்மரமாக மாற்றியிருந்தது.

சுருட்டு பாயின் கனத்த இருமல் கேட்டு வாரிச் சுருட்டியபடி எழுந்தனர் இருவரும். கண்களில் பயம் கப்பிய ரெண்டு பேரையும் பார்த்த பெரிசு, "உங்க அப்பனுக்கு தெரிஞ்சா என்ன ஆகும்? இப்படி பண்ணலாமா நீ," என்று அதட்டல் போட்டார்.

இல்ல நைனா என்று சொல்ல வாயெடுத்த காட்டாயியின் பேச்சைப் புறந்தள்ளி "ஏண்டா உனக்கு என்ன தைரியம் இருந்தா இப்படி செய்வ," என்று பிச்சையின் கன்னத்தில் அறைவிட்டார். "உங்கள இப்படியே வுட்டா சரியா வராது. இரு இரு என்ன பண்றேனு," என்று சொல்லிவிட்டுக் கால்களை அகட்டிவைத்து கோவிலை நோக்கி நடந்தார்.

"ஐயோ, தாத்தா எங்க அப்பன்கிட்ட போய் சொல்வானே," என்று பயந்த காட்டாயி, தலையில் கையை வைத்தபடிக் கட்டுமரத்தில் அமர்ந்தாள். செய்வதறியாது திகைத்த பிச்சையும் மூங்கிலை இறுக்கமாகப் பற்றியபடி நின்றான்.

"வர்றது வரட்டும், எங்க அப்பன்கிட்ட நா பேசிக்கிறேன். நீ கவலப்படாத," என்று பிச்சையைத் தேற்றிய காட்டாயி, கொண்டையை இழுத்து முடைந்தபடி "நான் வீட்டுக்குப் போறேன், என்னனு நாளைக்குச் சொல்றேன்" என்று சொல்லி விட்டு நடக்க ஆரம்பித்தாள்.

அவள் வீடு போய்ச் சேர்வதற்குள்ளாகவே இஞ்சையம்மன் கோவில் வாசலில் அப்பன்காரன் கோவமாக நடந்துவருவதைப் பார்த்தாள். கூடவே பஞ்சாயத்துக்காரங்க, நாலஞ்சு பேரு . . .

அருகில் வந்த குள்ளப்ப செட்டி காட்டாயியின் கன்னத்தில் பொளேரென்று ஒன்று போட்டார். கண்களில் பூச்சி பறக்கத் தலைசுற்றிக் கீழே விழப்பார்த்த காட்டாயியைத் தாங்கிப்பிடித்த வைரவன் செட்டிச்சி "என்ன ஏதுனு விசாரிக்காம இப்படி அடிச்சா என்ன அர்த்தம்," என்று கோவமாக கேட்டாள்.

"வில்லியனுங்க கடல்ல கால் வைக்கக் கூடாதுனு சொல்லிக் கிட்டு இருக்கேன், என் வூட்டுல கைய வைச்சா எப்படி?"

"கன்னிசாமிப் படையலுக்குப் பொங்க வைக்கணும். நீ இப்படி பண்ணலாமா, உங்க அப்பன நெனச்சு பார்த்தியா.

ஊர் கட்டுமானம்னு ஒண்ணு இருக்கு என்பதை மறந்துட்டியா," என்று மூச்சிரைத்தார் அலைச்சல் செட்டி.

அடி விழுந்த சத்தமும் கூச்சலும் கேட்டு கூட்டம் வேறு கூடிவிட்டது. "இவள எதுக்கு அடிக்கணும், ஊருக்குள்ள அவன் எப்படி வரலாம், அவன உப்புக்கண்டம் போடுங்க," என்று கூட்டத்திலிருந்து குரல் வந்தது. ஆள் ஆளுக்குச் சத்தம் போட ஆரம்பித்தார்கள்.

ஊர் திருநாள் இல்லையென்றால் பழைய சீவரம் கிராமத்தில் கதையே வேறு. முன்பெல்லாம் தாழைக்காடு தாண்டி வந்ததற்கே தண்டம் வசூலித்த வரலாறு அதற்கு உண்டு. இப்படி பரவன் வீட்டுப் பெண்ணோடு கட்டுமரத்தில் கண்டவனைக் கண்டம்துண்டமாக ஆக்கிக் கடலுக்குப் போட வேண்டும் என்று வலைப்பின்னல் ஊசியோடு வந்த பெரிசு ஒன்று தன் பங்குக்குப் பழையகதை பேசியது.

"மனசுக்குப் புடிச்சவன் கூட பேசுறதும் பழகுறதும் என்னங்க தப்பு? நான் அந்தாள தா கட்டுவேன்" என்ற காட்டாயியின் குரல் கேட்டு அனைவரின் தொண்டையும் அடைத்துப் போனது. கண்ணீர் ஒருபக்கம் வழிந்த நிலையில், மூக்கைச் சிந்தியபடித் தன் பிடியில் உறுதியாக இருந்தாள் காட்டாயி. "மூளியா நிக்கிற காரவீட்டு ராமாயி வீட்டுக்கு யார், யார் என்னென்னிக்குப் போனாங்கனு இந்த ஊருக்கே தெரியுமே, அன்னிக்கு எங்க போச்சு, உங்க சாதியும், சனமும்," என்று காட்டாயி இன்னும் ஒருபடி மேலே போய்ப் பேச, ஆம்பளைங்க மத்தியில சலசலப்பு.

"பொட்டச்சிய பேசவிட்டு எதுக்குடா வேடிக்கை பாக்குறீங்க, இவள உசுப்பேத்தி விட்டுட்டு ஓடிப்போய் ஒளிஞ்சுக்கிட்டான்ல, அவன இழுத்துட்டு வாங்கடா" என்று ஆவேசமாகக் கூறினார் பஞ்சாயத்துக்காரர். இதற்காகவே காத்திருந்த நாலுபேர் ஓடி பிச்சையை இழுத்து வந்தனர்.

அதற்குள் ஒட்டுமொத்த ஊரும் கூடிவிட, இஞ்சையம்மன் கோவில் வாசலிலேயே பஞ்சாயத்து ஆரம்பித்தது. "சின்ன பட்டினவன் குடும்பத்திலேயே பொண்ணு எடுக்க மாட்டாங்க பெரிய பட்டினவங்க. அப்படி இருக்கும்போது பட்டினவன் பொண்ண வில்லியன் நினைச்சுப் பாக்குறது ரொம்ப தப்பு. அவனதான் கட்டுவேனு சொல்றது அதவிட தப்பு. அப்படி பண்ணா உங்க அப்பனோ, உங்க வகையறாவோ கட்டுமரம் ஏற முடியாது சொல்லிட்டேன்," என்று வேகவேகமா கூறிமுடித்தார் அலைச்சல் செட்டி.

“எனக்கு அவர புடிச்சு இருக்குங்க, இன்னொருத்தன கட்ட மனசு ஒப்பலங்க,” என்று கையைக் கட்டியபடி இறுக்கமாகக் கூறினாள் காட்டாயி.

நடக்கப் போவதென்ன என்று தெரியாமல் தலையைக் குனிந்தபடி இருந்தான் பிச்சை.

“ஐயோ என் மானம் போச்சே, இப்படி நாடு பாக்க நிக்க வைச்சுட்டாளே” என்று அரற்றியபடி மண்ணில் புரண்டு அழுதார் குள்ளப்பச் செட்டி.

“நாங்க இவ்வளவு சொல்லியும் உன்ன நீ மாத்திக்கலனா, நீ இங்க இருக்கக் கூடாது. உன்னைக் கிராமத்துக்குள்ள வுட முடியாது, அவன் கூடவே ஏரியைத் தாண்டி தாழக்காட்டுக்குப் போய்டணும். உங்க அப்பன் கட்டு மரம் ஏறக்கூடாது, இஞ்சையம்மனுக்குக் கன்னிசாமி படையல் வைக்க்க் கூடாது” என்று சொல்லிவிட்டு வெத்தலையை உள்ளங்கையில் வைத்துக் கும்பிட்டுக் கோவில் வாசலில் வைத்துவிட்டுத் திரும்பிப் பார்க்காமல் சென்றார் அலைச்சல்.

கூட்டம் கலைய ஆரம்பித்தது. மயக்கத்தில் கிடந்த குள்ளப்பச் செட்டியை நான்குபேர் தூக்க முயன்றார்கள். அப்பனை ஆதுரத்துடன் பார்த்தபடி பிச்சையோடு தாழங்குப்பம் நோக்கி நடந்தாள் காட்டாயி.

இதற்குள் வில்லிய குப்பத்தில் விஷயம் எட்டியிருந்தது. இவர்கள் இருவரும் சென்று சேர்ந்தபோது, அங்கும் ஒரு கூட்டம் கூடியிருந்தது.

“நம்ம சாதியில இல்லாத பொண்ணாடா, என்ன காரியம் பண்ணிட்ட, நாளபின்ன நாம அங்க போக முடியுமா, வர்ற முடியுமா இப்படி பண்ணிட்டியேடா” என்று அவர்களின் தலைக்கட்டுகள் சொல்ல ஆரம்பித்தன.

“என்ன நம்பி வந்துட்டா, இவள வச்சி நா காப்பாத்திப்பேன்” என்ற பிச்சையின் உறுமலைக் கேட்டு “என்னவோ, பண்ணுப்பா, நல்லபடியா இருந்தா சரி,” என்று அவரவர்கள் கலைந்து சென்றனர்.

கரைக்குக் காவலாகவும், கடலுக்குத் தோழனாகவும் இருக்கும் அலையாத்தி மரத்தடியில் இருந்தது அவனது குடிசை. உள்ளே வந்த அமர்ந்த இருவரும் சற்றுநேரம் பேசாமல் மௌனம் காத்தனர்.

“என்னால ஊருக்குள்ள உனக்கு மானக்கேடா போச்சா? என்ன மன்னிச்சிடு,” என்று கண்கலங்கினான் பிச்சை.

“என்னயா பேசுற, மறைஞ்சு மறைஞ்சு பார்த்தப்போ இல்லாத தைரியம் ஊரே சுத்தி நிக்கும்போது வந்துதே, இதுல என்ன மானக்கெடு கண்ட… நாம ஒண்ணியும் தப்பு பண்ணல, அவன் பெரியவன், இவன் பெரியவன்–னு பேசுற ஆளுங்கதாயா வெக்கப்படணும்.”

“என்ன, எங்க அப்பனுக்குதா நாதியில்லாமப் போச்சு, அந்தாளுக்குக் கருவாடு இல்லாம கஞ்சி எறங்காது. சதா கத்திக்கிட்டே திரிஞ்சாலும், பொழுதடைஞ்சா என் பேரே மூச்சுக்கொருதரம் கூப்டுகிட்டே இருக்கும்,” என்று லேசாகக் கண்கலங்கினாள் காட்டாயி.

“வயசான காலத்துல எங்கப்பனுக்கே இவ்ளோ இருந்தா, அவர் பெத்த பொண்ணு எனக்கு எவ்ளோ இருக்கும்,” என்று தன்னைத் தானே தேற்றியபடி “கவலப்படாதயா, நாளல இருந்து நாம தொழிலுக்குப் போவோம். கடலுக்குப் போனாதா பாடா என்ன? ஏரில மூழ்கியோட நா சொல்லித்தர்றேன்,” என்று அவனை ஆறுதல்படுத்தினாள் காட்டாயி. ஒன்றும் சொல்லாமல் கண்கலங்கியபடி அவள் தோளில் சாய்ந்தான் பிச்சை. கால் ஒடிந்த விலங்கென காலம் மெதுவாக நகர்ந்தது.

முதன்முதலில் டச்சு சர்ச்சுக்கு எதிரில் பனங்கள் விற்றுக் கொண்டிருந்தபோது பிச்சையைப் பார்த்தது. அவன் உசரத்துக்கு அந்தப் பானை, பொருந்தாத தோற்றத்தோடு இருந்தது. கூடவே, மண்டி மண்டியாய் நார். கூடை முடைய நார் வாங்க ஆரம்பித்த பேச்சு, கட்டுமரம், தாழைக்காடு என்று வளர ஆரம்பித்ததை நினைத்துக்கொண்டாள் காட்டாயி.

மௌனத்தைச் செருமல் சத்தம் மூலம் கலைத்த பிச்சை பேச ஆரம்பித்தான். “என்னிக்கு நானே கடலுக்குப் போய் மீன் பிடிக்கிறேனோ அன்னிக்கு ஆரம்பிக்கட்டும் நம்ம வாழ்க்கை, கட்டுமரம் ஏறத்தெரியாதவன் புள்ளையா என் புள்ள நாளைக்கு நாலுபேருகிட்ட பேச்சு வாங்கக் கூடாது. பஞ்சாயத்துல பேசுன பேச்சும் நீ வாங்குன அடியும் இன்னும் என் கண்ண விட்டு மறையல, அவங்களையும் குத்தஞ்சொல்லல. ஆனா, நா கடலேறாம செத்தா அது உனக்கு அசிங்கம்னு நெனக்கிறேன்,” என்றான் பிச்சை. காய்ப்பேறிய கைகளை மீண்டும் உறுதியாகப் பற்றினாள் காட்டாயி. கனவுகளும் கவலைகளும் கலந்தபடி கடந்தது இரவு.

எழுந்ததும் ஏரிக்குச் சென்ற காட்டாயி, பயன்படுத்தாமல் ஒதுங்கியிருந்த கட்டுமரம் ஒன்றினை இழுத்து வந்தாள். நைந்திருந்த கயிறுகளை மாற்றி இழுத்துக் கட்டினாள். அவள் என்ன செய்கிறாள் என கன்னத்தில் கைவைத்தபடிக் கரையில் குத்துக்காலிட்டு பார்த்துக்கொண்டிருந்தான் பிச்சை.

"தோ பாருய்யா, காலைலேர்ந்து மதியானம்வரை ஏரித் தண்ணி கடலுக்கும், மதியானத்துல இருந்து சாயங்காலம் வரை கடல் தண்ணி ஏரிக்கும் வந்து போகும். பன மரம் அளவு தண்ணி ஏறியிறங்கும். ஏரித் தண்ணி கடலுக்குப் போகும்போது ஏரியோட அடிக்குப் போறது சுளுவு. மூச்சை இழுத்துப் புடிச்சுகிட்டுத் தண்ணிக்குள்ள இறங்கித் தரைய தொடணும். கையால தடவிக்கிட்டே போனா, வளை தட்டும். அதுக்குள்ள கைய வுடு. நண்டு தட்டும். கொடுக்க மடக்கி மேல எடுத்துக்கிட்டு வரணும். அவ்ளோதா. ஏரித் தண்ணி மாறதுக்குள்ள எவ்ளோ எடுக்க முடியுமோ அவ்ளோ எடுத்துடணும்."

அவனைக் கட்டுமரத்தில் ஏற்றி ஏரியின் நடுப்பகுதிக்குச் சென்றாள் காட்டாயி. அவள் கோல் போடுவதைப் பார்த்து வியந்துபோனான் பிச்சை. தானும் ஆசைப்பட்டு நீண்ட மூங்கில் கோலை நீருக்குள் துழாவ அது அவனை விட்டு விலகிச் சென்றது. இதைப் பார்த்த காட்டாயி வாய்விட்டுச் சிரித்தாள்.

"யோவ், கைய புடிச்ச எடத்துலயே புடிக்க கூடாதுய்யா, தண்ணிக்குள்ள வுட்டுட்டு கைய மேல மேல நகத்திக் கொண்டு போகணும். அப்போ தா தண்ணிக்குள்ள கழி போகும்," என்று சூட்சுமம் சொன்னாள்.

இடுப்பில் கயிற்றைக் கட்டிக்கொண்டு மறுமுனையைக் கணவன் கையில் கொடுத்து "நான் எப்படி போய்ட்டு வரேனு பாருய்யா" என்று சொல்லிவிட்டு நீருக்குள் குதித்தாள். கண்முன்னே நீருள் மறைந்த காட்டாயியை ஆச்சர்யத்துடன் பார்த்த பிச்சை, கயிற்றைக் கெட்டியாகப் பிடித்துக்கொண்டு நின்றான். யாருமற்ற ஏரியில் ஒற்றை ஆளாகக் கட்டுமரத்தில் நின்றபோது, ஒருகணம் பெருமையும் மறுகணம் பயமும் பிடித்துக்கொண்டது.

பூநாரை ஒன்று வலமிருந்து இடமாகப் பறந்து சென்ற கணத்தில் நீருக்கு மேல் காட்டாயியின் தலை தெரிந்தது. ஒரு கையில் கொழுத்த நண்டு. இறுக்கிக் கட்டிய மேலாடை உடம்போடு ஒட்டியிருக்க மூச்சிரைத்தபடிக் கட்டுமரத்தில் ஏறினாள். கொண்டு வந்திருந்த பரியினுள் நண்டைக் கயிறு கட்டிப் போட்டாள்.

“இப்போ நீ போய்ட்டு வா,” என்றாள்.

கயிற்றை மாற்றித் தான் கட்டிக்கொண்டு காட்டாயியைப் பார்த்துச் சிரித்தபடி நீரினுள் பாய்ந்தான் பிச்சை. கடற்கோழிகள் கொத்துக் கொத்தாக மேய்ந்துகொண்டிருந்த நீருக்குள் விழி சுருக்கிப் பார்த்துக்கொண்டிருந்தாள் காட்டாயி.

நேரம் கடப்பதை அறிந்த காட்டாயி, கயிற்றை இழுத்தாள். அது வர மறுத்தது. என்னவோ தவறாக இருப்பதாக நினைத்த காட்டாயி, பலம்கொண்ட மட்டும் கயிற்றை மேலே இழுக்க முயன்றாள். அவளால் முடியவில்லை.

உடனே கயிற்றைக் கட்டுமரத்தோடு சேர்த்துக் கட்டிவிட்டு நீரில் குதித்தாள். அடிப்பகுதிக்குச் சென்றபோது, அங்கு வளை ஒன்றில் கை சிக்கியபடிப் போராடிக் கொண்டிருந்தான் பிச்சை. அவன் மூச்சு திணறிக்கொண்டிருந்தான். அவளும் பிச்சையின் கையைப் பிடித்துச் சேர்த்து இழுத்தாள். வரவில்லை.

திடீரென அவன் இடுப்பில் கட்டியிருந்த கயிறு அவனை மேல்நோக்கி இழுக்க ஆரம்பித்தது. விழிசொருக ஆரம்பித்த பிச்சையைப் பார்த்துப் பயந்த காட்டாயிக்கும் மூச்சு திணறியது.

மீனை நோக்கிப் பாயும் மீன்கொத்திப் போல திடீரென பிச்சையின் உடம்பு வேகமாக மேல்நோக்கி செல்ல ஆரம்பித்தது. வளை உடைந்து வெளிவந்த பனங்கொத்தைப் போன்ற பெரிய நண்டு ஒன்று பிச்சையின் மணிக்கட்டைப் பிடித்திருந்ததை பார்த்தாள் காட்டாயி.

கடல் நீரோட்டம் ஏரிக்குள் சுழற்றிக்கொண்டு வருவதை உணர்ந்தாள். மயக்க நிலையில் காலைத் தரையில் உந்த அவள் உடல் மேலே சென்றது.

நீருக்கு மேலே தலையைத் தூக்கிய அவள், கட்டுமரத்தைத் தேடினாள், அது எங்கோ ஒரு தொலைவில் சென்று கொண்டிருந்தது. உயிரின் சக்தி அனைத்தையும் திரட்டி அந்த திசையை நோக்கி நீச்சலடித்தாள்.

ஏரியின் நீர்மட்டம் உயர உயர நீரின் வேகமும் அதிகரித்தது. கால்களின் கடைசி விசையையும் பயன்படுத்திக் கட்டுமரத்தை அடைந்த காட்டாயி கயிற்றை மட்டுமே பார்த்தாள். பரபரவென அதில் ஏறி நீருக்குள் நீண்டிருந்த கயிற்றை இழுக்க ஆரம்பித்தாள். அது எடை கொண்டிருந்தது. அப்போதே அவளுக்குப் புரிந்துவிட்டது.

கயிறு மேலே வந்தபோது முழி பிதுங்கி வாய்பிளந்து கிடந்தான் பிச்சை. அப்போதும் அவனது வலது கை அந்த

நண்டைப் பிடித்தபடி இருந்தது. ஒருகணம் திகைத்துப் பின் வாய்வெடித்துக் கத்திய காட்டாயியின் குரல் அந்த ஏரி எங்கும் எதிரொலித்தது. அலை ததும்பும் ஏரியின் நடுவே கட்டுமரத்தின் மீது உயிரற்ற கணவனின் உடலை மடியில் ஏந்தியபடி உறைந்து நின்றாள்.

"ஐயோ, முழுசா விவரம் தெரியாத உன்ன கொன்னுட்டேனே, நா ஒரு பாவி. உன்னை நான் காப்பத்துறேனு நேத்துதானே வாக்கு தந்தேன். இப்படி நானே உன்னை தண்ணில பலி கொடுத்துட்டேனே," என்று அரற்றினாள். "கடலுக்குப் போய் ஏதாச்சும் புடிச்ச பிறகு தா நம்ம வாழ்க்கை ஆரம்பிக்கும்னு சொன்னியே, இதோ புடிச்சிட்டியே, ஆனா என் வாழ்க்கையே முடிஞ்சுபோச்சே" என்ற அவள் உடைந்து அழுதாள். கொஞ்ச நேரம் கேவிய காட்டாயி, பின்னர் ஏதோ உறுதி எடுத்தவளாய், பிச்சையின் உடலோடு தன்னையும் சேர்த்துக் கயிற்றால் கட்ட ஆரம்பித்தாள்.

இதற்குள் காட்டாயியின் அலறல் சத்தம் கேட்டு வேகவேகமாக ஏரியின் நடுப்பகுதிக்கு வந்த ஒருசிலர், நிலைமையைப் புரிந்து கொண்டு பாய்ந்துவந்து காட்டாயியைப் பிடித்தனர். திமிறிய அவளைக் கழியால் மண்டையில் அடித்து மயக்கமடையச் செய்து கட்டுமரத்தை கரைநோக்கிச் செலுத்தினர்.

கரை வந்து சேர்ந்ததும், ஊர்நோக்கி ஒருவன் ஓட, அடுத்த நொடியில் கடற்கரையே மயான ஓலமாக மாறியது.

"அப்பவே சொன்னேனே கேட்டியா, இப்படி மூளியா வந்து நிக்கிறியே" என்று மார்பில் அடித்துக்கொண்டு அழுதார் குள்ளப்பச் செட்டி. காட்டாயியின் கூட்டாளிகளெல்லாம் முந்தானையில் மூக்கைச் சிந்தியபடி தலையில் அடித்துக்கொண்டு அழுதனர். பிச்சையின் சொந்தங்களுக்குத் தகவல் கொடுக்க ஒருசிலர் மரமேறித் தாழங்குப்பம் நோக்கி சென்றனர்.

"பறக்குறதுக்கு முன்னாடியே றெக்க உடையணும்னு உன் பொண்ணு தலையில எழுதியிருக்கு என்ன பண்றது குள்ளப்பா, மனச தேத்திக்கோ" என்று அவரை ஆற்றுப்படுத்தினார் அலைச்சல் செட்டி.

கூச்சலும் குழப்பமுமாகப் பிச்சையின் சொந்தபந்தங்கள் கரைக்கு வந்து சேர்ந்தனர். "ஐயோ மகராசா, கடலுக்குப் போறேன், கடலுக்குப் போறேனு சொல்லிக்கிட்டே இருப்பியே, இப்படி கடலுக்குள்ளேயே போயிட்டியே," என்று ஓங்கிக் குரலெத்து அழுதனர்.

"சரி, அழுதுகிட்டேயிருந்தா என்ன ஆறது, அவனோட உடம்ப அவங்க ஆளுங்ககிட்ட கொடுத்துட்டு இவளையும் அனுப்பிவுடுங்க" என்றார் அலைச்சல் செட்டி.

"என்ன சொல்றீங்க, நேத்து கையை புடிச்சிக்கிட்டு தெம்பா போனவ, இன்னிக்கு உசுர பறிகொடுத்திட்டு வந்து நிக்கிறா. இப்படி பேசுறீங்க" என்று பொம்பளைங்க குரல் கொடுத்தனர்.

"இனி அவ எங்க வூட்டு பொண்ணு நாங்க பாத்துக்குறோம்," என்று தாழங்குப்பம் வாசிகளும் மூச்சிரைத்தனர்.

பிச்சையின் உடலை இறுகப்பற்றியபடிக் கண்கள் வெறிக்க அமர்ந்திருந்தாள் காட்டாயி. அவளையே உற்றுநோக்கியபடிக் கண்கலங்கினார் குள்ளப்பன்.

"தண்ணில வேத்தாளு போகக் கூடாதுனு சொல்லிக்கிட்டு இருந்தா கேட்டீங்களா, போனதால என்ன ஆச்சுனு பாத்தீங்களா? அதனாலதா சொல்றேன், இவள கொண்டு போயி அங்கேயே விட்டுடுங்க" என்று உறுதியாகக் கூறினார் அலைச்சல். இதையடுத்து ஆளாளுக்குப் பேச ஆரம்பித்தார்கள். காட்டாயியை பிச்சையின் உடலோடு தாழங்குப்பத்திற்கு அனுப்பிவிட வேண்டுமென்று ஒருசிலரும், பிச்சையை மட்டும் கொடுத்துவிட்டு காட்டாயியை தங்களுடனே வைத்துக்கொள்ள வேண்டும் என்று ஒருசிலரும் பேசப் பேச அந்த இடமே குழப்பக்காடாகியது.

திடீரென ஓங்கி பேச ஆரம்பித்தாள் காட்டாயி.

"இந்த ஊரு வர்றதுக்கு முன்னாடியே இந்தக் கடலு இருந்தது . . . நாளைக்கி இந்த ஊரு இல்லாம போனாலும் இந்தக் கடலு இருக்கும் . . . யாரு கால வைக்கிறானு இந்தக் கடலுக்குத் தெரியாது... யாரு கால வைக்கணும்னு நீங்க போட்ற கட்டுமானமும் இந்தக் கடலுக்குத் தெரியாது. என் புருஷன் கால்பட்டுப் புடிக்காம போனதாலதா அவன இந்தக் கடலு பலி வாங்குச்சுன்னு நீங்கள்லாம் நினைக்கிறீங்க. அது உண்மைனா, இந்த தண்ணிலயே பொறந்து வளர்ந்த என்னைப் பலிகொடுத்து அந்தப் பாவத்த கழுவுறேன். ஆனா அதுக்கு அப்புறம் இந்த தண்ணில நீங்க எடுத்து வைக்குற ஒவ்வொரு அடியிலயும் ரத்தமா நா ஒட்டிக்கிட்டு இருப்பேன். அப்போ என்ன பண்ணி அதை நீங்க கழுவுவீங்க" என்று சொல்லி அருகில் பரியில் சுருண்டுகிடந்த கொழுத்த நண்டின் நீண்ட கொடுக்கை ஒடித்துச் சட்டென தன் நெஞ்சுக்குழிக்குள் வேகமாகச் சொருகினாள். ரத்தம் வேகமாய்ச் சீறிப்பாய்ந்தது; கரையெங்கும் உறைந்து

போனது. உயிரை மாய்த்துக் கொண்ட காட்டாயியின் செயலைப் பார்த்து ரத்தத்தோடு ரத்தமாக உறைந்தது அந்தக் கும்பல்.

இந்தக் கடல் தேசத்த ஒண்ணும் பண்ணிடாத தேசம்மா என்று வேரோடு வெட்டப்பட்டக் காட்டாயியின் காலடியில் வீழ்ந்தார் அலைச்சல் செட்டி. குரலே வராமல் தொண்டையில் என்னென்னவோ சப்தங்கள் ஒலிக்க மகளருகே வந்து மண்டியிட்டார் குள்ளப்பன். கூடியிருந்த பெண்கள் ஒப்பாரி வைத்தபடி அழுது புரண்டனர். இஞ்சையம்மன் கோவில் அருகே நடுகல் ஒன்று நடப்பட காட்டாயி தேசம்மா ஆனாள்.

●

வருத்திச்சி

நெஞ்சு திடுக்கென்றது. உடம்பு கொஞ்சம் தூக்கிவாரிப் போட்டது. முழிப்பும் வந்துவிட்டது. மெல்ல கண்ணைத் திறந்து பார்த்த ராமாயி, எழுந்து சுவரில் சாய்ந்து தலையில் கைவைத்துக்கொண்டாள். தலை பாரமாக இருந்தது. அதிகாலை இரண்டு மணி இருக்கும்.

ஒரு கெட்ட கனவு, வழக்கம்போலத்தான். யாரோ துரத்திக்கொண்டு வருகிறார்கள், மூச்சிரைக்க ஓடிக்கொண்டே இருக்கிறேன். ஏதோ உயரமான இடத்திலிருந்து தூக்கி வீசுகிறார்கள். எவ்வளவு நேரம் என்பது தெரியாமல் கையை, காலை உதறியபடி விழுந்துகொண்டே இருக்கிறேன். இதுதான் கொஞ்ச நாளாகவே கனவாக வந்துகொண்டிருக்கிறது. கொஞ்ச நாள் என்பது, கணவன் திலகர் ஜெயிலுக்குப் போனதிலிருந்து!

கண்களைக் கசக்கிப் பாயில் படுத்திருந்த மூன்று குழந்தைகளையும் பார்த்தாள். மூத்தவன் தமிழ்வாணன் நாலாவது படிக்கிறான், அப்படியே அவன் அப்பாவைப் போல உருவத்துலயும் சரி, வாயைக் கோணிக் கோணிப் பேசுவதிலும் சரி. சின்னவன் தமிழ்மணி வாயைப் பிளந்தபடி, வலதுகாலை அண்ணன் தொடைமீது தூக்கிபோட்ட நிலையில் படுத்துக்கொண்டிருந்தான். மூணாவது பொண்ணுதான் பொறக்கணும்னு கடவுள வேண்டிப் பொறந்தவ தமிழ்மொழி, இன்னும்

கூட விரல் சூப்பிக்கொண்டு திரிகிறது. கொஞ்ச மாசத்துல பள்ளிக்கூடத்துல சேர்க்கணும், இப்போ பால்வாடிக்குப் போறா.

இப்படி மூணு புள்ளைங்கள ஒத்தையில பார்த்துக்கச் சொல்லிட்டு ஜெயிலுக்குப் போய்விட்ட கணவன் திலகனின் முகம் கண்ணுக்குள் வந்து போனது. அவன் என்ன பண்ணுவான், செய்யாத தப்புக்கு, தண்டனை அனுபவிக்கிறான்; இந்தக் கஷ்டம் என்னிக்கி ஓயுமோ, என்னிக்கு இந்த வீடு வீடா தலையெடுக்குமோ என்ற யோசனை மீண்டும் தலைவலியை உண்டாக்க, தலையை உதறிக்கொண்டு, கொண்டையை முடிந்து கொண்டு எழுந்தாள் ராமாயி. அவளின் சத்தம் கேட்டு வாசலில் படுத்திருந்த மாமியார் கிஷ்ணம்மாவும் முழித்து, “எழுந்திட்டியா? டயம் என்னா,” என்றாள். “மணி ரெண்டாச்சு அத்தை, இப்போ போனாதான் சரியா இருக்கும்,” என்றாள். “சரி, சரி, நான் புள்ளைங்கள பார்த்துக்கிறேன். நீ போய்ட்டு வா,” என்றபடி மீண்டும் படுக்கையில் சாய்ந்தாள் கிஷ்ணம்மா.

ஒருவருஷத்துக்கு முன்னாடி திருவொற்றியர் தேரடி பக்கத்துல வீடு. தனி வீடாதான் பார்த்து வச்சிருந்தான் திலகர். நல்ல சம்பாத்தியம் வேற. காசிமேடு மீன்பிடித் துறைமுகத்துல போட் நல்லா ஓட்ற ட்ரைவர் யாருனு கேட்டா, எல்லாரும் திலகர்னு சொல்வாங்க. அந்த அளவுக்குத் தொழில்ல ஒரு சுத்தம். பைபர் ஓட்டுனாலும் திலகர்தான் ட்ரைவர், லாஞ்சு போட் ஓட்டினாலும் திலகர்தான் ட்ரைவர். அந்த அளவுக்கு ஒரு போட்–க்கு எவ்ளோ டீசல் வேணும், எவ்ளோ ஐஸ் வேணும், எத்தனை பேர் வேலைக்கு வேணும், எந்த சீசன்ல, எந்த இடத்துல மீன்பாடு கிடைக்கும், இப்படி எல்லா விஷயத்தையும் நுனிவிரல்ல வச்சி இருப்பான். அதனாலேயே வருஷாவருஷம் திலகரைத் தங்களோட போட்–க்கு வேலைக்கு எடுக்க முதலாளிங்க மத்தியில அவ்ளோ கிராக்கியா இருக்கும். அவனுக்கும் வருஷாவருஷம் அட்வான்ஸ் பணம் ஏத்திக்கொடுத்துக்கிட்டே இருந்தாங்க. வாங்குற பணத்தை அவனும் எந்த தீஞ்செலவும் பண்ணாம, பொண்டாட்டி ராமாயிகிட்ட கொடுத்துடுவான். அப்படி வந்த பணத்துலதான் தேரடி பக்கத்துல அந்த வீட்டை ஒத்திக்கு எடுத்தது.

எல்லாம் நல்லாதான் போய்ட்டு இருந்தது. போன வருஷம் லாஞ்சு போட் எடுத்துக்கிட்டு பத்து நாள் தங்கலுக்குப் போனாங்க. திலகர், சந்துரு, வாசு, டைமண்ட், பாஸ்கர் அப்புறம் சேகர். காசிமேட்டில் ஆரம்பித்து வடக்காக ஆந்திராவின் கிருஷ்ணாம்பட்டினத்தைத் தாண்டி நடுக்கடல் பக்கமா போனாங்க. போகும்போதே டைமண்ட் உடன் திலகருக்கு

சண்டை. வழக்கம் போல, ரெண்டு மதுபாட்டில்களை டைமண்ட் மறைத்துக் கொண்டு வந்ததும், அதனை திலகர் பார்த்ததும்தான் சண்டைக்குக் காரணம். இந்தச் சண்டை நடக்கும்போது நூறு நாட்டிக்கல் மைல் (அதாவது இருநூறு கிலோ மீட்டர் தொலைவு) தூரத்திற்குக் கடலுக்குள் சென்றுவிட்டிருந்தனர். கரைவலையைப் பிரித்துவிட்டுக்கொண்டே செல்லச் சொல்லியிருந்தான் திலகர். ஒரு கையில் மதுபாட்டிலும் மறுகையில் வலையை பிடித்துக் கொண்டே வந்த டைமண்ட் கடலுக்குள் தவறி விழ, வலைக்குள் சிக்கிக்கொண்ட அவனை, உயிரற்ற சடலமாகத்தான் தூக்க முடிந்தது.

கடலுக்குள் தொழிலுக்குச் செல்கிறவர்கள் யாராவது உயிரிழந்தால், அந்த போட்டின் ட்ரைவர்தான் அதற்கு முழுப்பொறுப்பு. கொலைவழக்காகத்தான் அது பதிவு செய்யப்படும். உண்மை என்னவென்று உடன் இருந்தவர்கள் சொன்னாலும், சட்டத்தின் பார்வையில் அது சீராகச் சிலபல வருஷங்கள் ஆகிவிடும். அப்படி திலகர் சிறைசென்ற பிறகு, முதல் சில மாதங்கள் இருக்கிற பணத்தை வச்சிக் குடும்பத்த சரிபண்ணி பார்த்தா ராமாயி. ஆனால் ஒத்திமுடிந்த காரணத்தால் தேரடி வீட்டைக் காலிபண்ண வேண்டியதாகிவிட்டது. அதுக்குப்பிறகு காசிகுப்பத்துக்கு வந்துட்டா. வயிறுனு ஒண்ணு இருக்கே, அதுக்கு ஏதாச்சும் பண்ணணுமே, அப்போதான் வருத்திச்சியாகப் போக முடிவெடுத்தாள்.

ஆம்பளைக்குப் பாடு கடல்ல, பொம்பளைக்குப் பாடு கரையில ... விடிய, விடிய நடுக்கடல்ல வலைமேல கண்ணு வெச்சிக்கிட்டுக் காத்திட்டிருக்க ஆம்பளைங்க கொஞ்சம் கண்ணயர வேண்டாமா? அதா கரைக்கு வந்ததும், அவங்க மீன வருத்திச்சிகிட்ட கொடுத்திடுவாங்க. அடுத்து தொழிலுக்குப் போவதற்காக வலைகளைக் காய வைப்பதும், அறுந்த பகுதிகளைத் தைப்பதுமென்று அவர்கள் அதில் இறங்க, பிடித்துவந்த மீன்களைப் பக்குவமா வெலைபேசி வித்துதர்றதுதான் வருத்திச்சிங்க வேலை. இது ஒண்ணும் அவ்ளோ லேசுப்பட்ட வேலையில்லை. டீசல் போட்டு, ஐஸ் வாங்கி, கூலி கொடுத்து ஒருமுறை தொழிலுக்குப் போறதா இருந்தா ஆயிரக்கணக்குல ஆகும். மீன் கெடைக்கிறத பொறுத்துதான் லாபமும் நட்டமும்! அப்படி கொள்ளை கொள்ளையா முதல் போட்ற முதலாளிக்கு நட்டம் வராம? அதேசமயம் மீன்வியாபாரிகள் தலையில் பாரத்தைச் சுமத்தாம ரெண்டு பேருக்கும் பொதுவா, வெலைபேசி விக்கணும் வருத்திச்சி.

ஜனவரி பொறந்ததும் ஒரு போட்க்கு இவ்ளோனு பொங்க காசு கொடுக்கணும். அப்படி கொடுத்துட்டா, அந்த வருஷம்

முழுசும் அந்த போட்க்கு அவங்கதான் வருத்திச்சி. அந்த போட்ல புடிக்கிற எல்லா மீனையும் வெல பேசி விக்கிற உரிமை, இந்த வருத்திச்சிக்குத்தான். வேற யாரும் கேக்க முடியாது. பணம் கம்மியா இருக்கிறவங்க ஒரு போட்க்கும் இருக்கப்பட்டவங்க, நாலஞ்சு போட்க்கும் பணம் கொடுத்து வருத்திச்சியா இருப்பாங்க. அவங்களுக்கு எல்லா நாளும் தொழிலு இருக்கும். அப்படித்தான் ராமாயியும். தேரடியிலிருந்து வீட்டைக் காலிபண்ணும்போது கிடைத்த ஒத்திப் பணத்தை வைத்து நான்கு போட்க்கு பொங்க காசு கொடுத்தாள். அன்றிலிருந்து காசிமேட்டுக் கடற்கரையில் கால்பதிக்க ஆரம்பித்தாள்.

அதிகாலை இரண்டு மணிக்கு எழுந்து குளித்துக் கடற்கரைக்கு வந்தால், மூன்று மணியளவில் கரைக்குப் படகுகள் திரும்பும். அதற்குள்ளாக மீன் வாங்க வருபவர்கள் ஒவ்வொருவராக வரத்துவங்குவார்கள். தாம்பரம், பல்லாவரம், பூந்தமல்லி, ஆவடி, வெள்ளவேடு, சத்தியவேடு, வில்லிவாக்கம் இப்படி வெளியூர்ல இருந்து ஆட்கள் மீன்பாடி வண்டியை எடுத்துக்கிட்டு வர்ற சத்தம், அலையோட சத்தத்தையே அடக்கிடும். ஒவ்வொரு சீசன்ல ஒவ்வொரு மீனுங்க கெடைக்கும். கானாங்கெளுத்தி, மத்தி, கவளை, நவரை, மடவை, காரப்பொடி இதெல்லாம் எல்லா சீசன்லயும் வர்றதால பெரிசா வெல போகாது. ஆனா, வவ்வால் அதுலயும் வெள்ளை வவ்வால் நல்ல வெல போகும். கொடுவா, வஞ்சிரம், ஓரா, சூரை, சுதும்பு, படங்கான், திருக்கை, சுறா, பாறை, தேங்காப்பாறை, பச்சை இறால், வெள்ளை இறால் இதெல்லாம் தட்டுப்பட்ற அன்னிக்கு நல்ல வியாபாரம் நடக்கும்.

கடந்த ஒரு வாரகாலமாகவே சரியான அளவு வியாபாரம் இல்ல ராமாயிக்கு. வஞ்சிரத்துக்குப் பதிலா அரைகோலா மீனே வந்துட்டு இருக்கு. பார்க்குறதுக்கு வஞ்சிரம் போலவே இருக்கும். ஆனா, சதை சப்புன்னு இருக்கும்; ருசி இருக்காது. விலையும் பெரிசா போகாது. “இன்றாவது நல்ல பாடு இருக்கணும் ஆண்டவா, கையில நாலு காசு சேர்த்தாதான், கேசு என்னாச்சுனு வக்கீல கேக்க முடியும். அம்மா, முத்துமாரி, எங்கள காப்பாத்துமா,” என்று பெருமூச்சோடு மனத்துக்குள் வேண்டியபடிப் படகுக்காகக் காத்து நின்றாள் ராமாயி. ரத்த சூரை மீனைப் பிளந்து பார்த்தால் செக்கச் செவேலென்று இருக்கும். அதனைக் காயவைத்துதான் மாசிக்கருவாடு செய்வார்கள். அந்த ரத்த சூரையைப் போல, பொழுது பொலபொலவென்று சிவந்து விடிய ஆரம்பித்தது. தூரத்தில் கேசவன் போட் தெரிய ஆரம்பித்தது. இன்னிக்கு நல்லா வியாபாரம் ஆனாதான் உண்டு. ஏனென்றால் நாளையிலிருந்து மீன்பிடித் தடைக்காலம் ஆரம்பிச்சுடும். அப்புறம் நாற்பத்தஞ்சு நாளைக்கு லாஞ்சு போக முடியாது; பைபர் போட் போகலாம்.

லாஞ்சு போட் போயிட்டு வரும்போது ஆகுற வியாபாரம் பைபர் போட் போகும்போது ஆகாது.

கடலையும் மீனவங்களையும் தெரிஞ்சிருந்தா இந்த கவர்மெண்ட் மீன்பிடி தடைக்காலம்னு ஒண்ணு கொண்டு வருமா என்று மீனவர் சங்கத் தலைவர் பாரதி அண்ணன் அன்னிக்குப் பொலம்பிக்கிட்டு இருந்தார். பொதுவா ஆறும் கடலும் கலக்குற முகத்துவாரத்துலதான் சேறு மண்டும். அங்க தான் மீனுங்க முட்டையிடும். இன்னிக்கு எந்த ஆறாச்சும் உருப்படியா இருக்கா. கொசஸ்தலை குப்பையா போயிடுச்சு, நல்லதண்ணி ஓடை நாசமா ஆயிடுச்சு; அடையாறும் கூவமும் சாக்கடையா மாறிடுச்சு. பழவேற்காட்ல ஆரம்பிச்சுக் கோவளம் வரை கடற்கரைல கால வைக்க முடியுதா? எண்ணூர்ல கொட்ற கழிவுங்கள மனுசங்களாலேயே மோந்துபாக்க முடில, அப்புறம் எப்படி மீனுங்க கரைக்கு வரும்? துறைமுகத்தை விரிவுபடுத்துறோம், விரிவுபடுத்துறோம்னு நோண்டிகிட்டே இருந்தா கடல்ல சேறு சேருமா? சேறு இருந்தா தானே, மீன்கள் முட்டையிடும்; அதுக்கும் சுவாசிக்க நல்ல காத்து வேணாமா?

வெளிநாட்டில் வீணாபோன கப்பல, நடுக்கடல்ல மூழ்கடிக்கிறான், எதுக்கு? பல வருஷத்துக்கு அப்புறம் அப்படி மூழ்குன கப்பல், மீன்களோட இனப்பெருக்க மையமா மாறும்னு அவனுக்குத் தெரிஞ்சு இருக்கு. ஆனா இங்க இருக்குற கவர்மெண்ட்டு ஒரு செங்கல்லையாச்சும் கடல்ல போட்டுச்சா, போடல! அதுக்குப் பதிலா, மீனவர்களைக் கடலுக்குப் போக வேணாம்னு சொல்லுது.

ஜோடியா சுத்தற மீன புடிக்கிறதுதான் மீனவனோட வேலையா? கெடையாது. எந்த சீசன்ல, எந்த மீன் மாட்டுது, எந்த மீன்களுக்காக இனப்பெருக்க காலம்னு ஏதாச்சும் வெளிப்படையா சொல்லுதா இந்த கவர்மெண்ட்? அதையும் சொல்லாது. காரணம், வெளிநாட்டுக்காரன் அந்த சீசன்ல மீன்பிடிக்கணும், உள்நாட்டுக்காரன் கரையில் உக்காந்துகிட்டு வேடிக்கை பாக்கணும், இதுதான் கவர்மெண்டோட எண்ணம். அன்று பாரதியண்ணன் படகில் ஏறிநின்றுகொண்டு கத்திப் பேசிக்கொண்டிருந்தது இதெல்லாம். என்னமோ, நம்ம நல்லதுக்குச் சொல்றாருன்னு புரியுது. ஆனா நம்மால என்ன பண்ண முடியும், நம்ம கதையே என்ன ஆகும்னு தெரியலேயே என்று நொந்து கொண்டாள் ராமாயி.

இன்னிக்கு நாற்பத்தஞ்சு நாளுன்னா நாளை எழுபத்தஞ்சு நாள் ஆகும், அப்புறம் நூறு நாள் ஆகும். அப்படியே படிப்படியா மீனவன கடலுக்குள் கால்வைக்க முடியாம பண்றதுதான் இந்த

திட்டத்தோட நோக்கம் என்று சொன்ன அண்ணன் பாரதியின் வார்த்தைகள் காதுக்குள் ஒலித்துக்கொண்டிருந்தன. திலகர் ஜெயிலுக்குப் போய் ஒரு மாசம் ஆகி, ஒரு வருஷம் ஓடிவிட்டது. என்னிக்கி வெளில வருவானோ, எவ்ளோ நாளாகுமோ என்ற சிந்தனைதான் ராமாயின் மண்டைக்குள்!

ஓய், ஓய் என்று குரல் எழுப்பியபடியே கட்டுமரத்தில் இருந்து குதித்தான் தனசேகர். கேசவன் போட்டில் வேலைக்குச் செல்பவர்களிலேயே அவன்தான் சின்னப் பையன். எதுக்கெடுத்தாலும் கேலி, கிண்டல்தான். "நீ வருத்தமா இருக்குறதால வருத்திச்சியா, வருத்திச்சியா இருப்பதால வருத்தமா இருக்கியா," ராமாயியைப் பார்க்கும்போதெல்லாம் தனசேகர் கிண்டல் செய்வது இப்படித்தான். அவன் குரலைக் கேட்டுக் கட்டுமரம் அருகில் சென்ற ராமாயி, கூடையில் எடுத்து வரப்பட்டிருந்த மீன்களைப் பார்த்ததும், "அம்மா தாயே முத்துமாரி எங்களைக் காப்பாத்திட்டம்மா" என்று தெய்வத்திற்கு நன்றி சொன்னாள். வெள்ளை வவ்வால், படுவஞ்சிரம், முயல்பாறை, தாழை இறால் என்று எல்லாமே நல்ல விலைபோகக் கூடிய மீன்களாக இருந்தன. அன்னக்கூடையில் அள்ளிய மீன்களைக் கரையோரமாகக் கொண்டுவந்துவைத்து ஏலம் போட ஆரம்பித்தாள். வஞ்சிரம் ஒரு கூடை ஆயிரம், ஆயிரம், ஆயிரம்! வந்திருந்த வியாபாரிகள், மீன்களைப் பார்த்துவிட்டு அவர்களும் விலை கேட்கத் துவங்கினர்.

ரெண்டு மணிநேரம் போனதே தெரியவில்லை. கிட்டத்தட்ட ஒன்றரை லட்ச ரூபாய்க்கு அன்று வியாபாரம் நடைபெற்றது. ராமாயியின் பங்கு மட்டும் ஆறாயிரம் ரூபாய். இன்னும் தனியா அவளுக்கென்று எடுத்துவைத்துக்கொண்ட முயல்பாறை மீன்களை விற்றால் இன்னும் ரெண்டாயிரம் கிடைக்கும். இன்று நல்லபொழுதாக விடிந்திருக்கிறது. ஈரம்படிந்த நோட்டுக்களைச் சுருட்டி, இடுப்பின் புடவை மடிப்பில் மீண்டுமொருமுறை சுருட்டினாள். தூரத்தில் பார்த்தபோது, தள்ளுவண்டியில் விற்கப்பட்ட ஐஸைச் சின்னவன் தமிழ்மணியும், தமிழ்மொழியும் சப்பிக்கொண்டிருந்தது தெரிந்தது. "எங்கடா, எதுக்கு வந்தீங்க கல்லோரத்துக்கு, பெரியவன் எங்கடா" என்று கத்திக் கேட்டபடியே பிள்ளைகளை நோக்கி நடந்தாள். "அண்ணா இன்னும் எழுந்துக்கலமா? ஆயா கூட தூங்கிட்டுதான் இருக்கு" என்று தங்கை தமிழ்மொழியை இடுப்பில் தூக்கிவைத்திருந்த தமிழ்மணி கூறினான்.

நடந்துசென்று குழந்தையை வாங்கிக்கொண்ட ராமாயி, திரும்பி தனசேகரிடம் 'டேய் வீட்டுக்கு வாடா சாப்பிட' என்றாள்.

‘சரிக்கா, நீங்க போங்க நான் வலையை காய வச்சிட்டு வர்றேன்’ என்றான். அப்போது கடற்கரையில் சிறிய சலசலப்பு. எல்லாரும் திகைத்துக் கரையை நோக்கி வேகமாக ஓடவர ஆரம்பித்தார்கள். ஏய் ஏய் என்று அலறல் சத்தம் கேட்டது. முதலில் ஒன்றுமே புரியவில்லை. வழக்கத்தைக் காட்டிலும் அலை ஏறிவந்து படகின் பக்கவாட்டை அறைந்தது. கரையோரம் நிறுத்தப்பட்டிருந்த விசைப்படகுகள் அட்டைப்பெட்டிகளைப் போல தூக்கி எறியப்பட்டன. என்னவென்று யோசிப்பதற்கு முன்னதாகவே கன்னத்தை மாறிமாறி அறையும் வாத்தியாரைப் போல அலைகள் அடுத்தடுத்து ஏறி கரை தாண்டி வந்தன. திகைத்தவர்கள் அலறியபடியே கரையை நோக்கி ஓடினார்கள். ராமாயியும் குழந்தைகளைக் கையில் பிடித்தபடி ஓடினாள். எவ்வளவு வேகமாக ஓட முடியுமோ அவ்வளவு வேகம்; பலனில்லை. பின்னால் வந்த ஒரு கும்பல் தமிழ்மணியை இடிக்க அவன் தடுக்கிவிழுந்தான். ஐயோ என் புள்ளை என்று கத்தியபடியே அவனை வாரி எடுக்கக் குனிந்தாள் ராமாயி. பனைமரம் அளவுக்கு அலை வந்து வாரிச் சுருட்டியது.

கடற்கரை மணல் துகளாகச் சிதைந்துவிட்டது. பேரலை அடித்து ஓய்ந்தபின் மீன்களைவிட அதிகமாகச் செத்துக் கிடந்தனர் மீனவர்கள். அதோ பிளந்துகிடக்கும் படகில் சாய்ந்துகிடக்கும் கொடிமரத்தின் அருகே இடுப்பில் சுருட்டுப்பட்டப் புடவையை பிடித்தபடி வானைத்தை மல்லாந்து பார்த்தபடி ராமாயி. கண்களிலும் மூக்கிலும் முற்றாக மணல் நிறைந்திருந்தது. கிஷ்ணம்மாவும், தமிழ்வாணனும் அலறிய ஒலி அவளுக்குக் கேட்க வாய்ப்பில்லை. தூக்கத்தில் கெட்ட கனவு கண்டு ஓட வேண்டிய அவசியம் ராமாயிக்கு இல்லை.

•

சாமந்தி

சங்கர் விஷயத்தைச் சொன்னதிலிருந்து அதனை நம்பவும் முடியாமல், நம்பாலும் இருக்க முடியாமல் கலைத்துப்போட்டமாதிரி எண்ணங்கள் மனத்தைக் குழம்ப செய்தன. கையில் கிடைத்த சட்டையை எடுத்துப்போட்டுக்கொண்டு நடந்தே குரோம்பேட்டை ரயில்வே ஸ்டேஷனுக்குச் சென்றேன். சென்னை கடற்கரைக்கு டிக்கெட் எடுத்து, அருகிலிருந்த கடையில் இரண்டு வாட்டர் பாக்கெட்டை வாங்கி ஒரே மடக்கில் காலிசெய்த பின்னரும் தொண்டையில் ஏதோ அடைத்த மாதிரியே இருந்தது. காலை ஏழு மணிக்கே வெய்யில் சுள்ளென்று முகத்தில் அறைந்தது. தூரத்தில் புள்ளியாய்த் தெரிந்து பார்த்துக்கொண்டிருக்கும் போதே பிரம்மாண்டமாய் தடதடத்து வந்து நின்ற ரயிலில் ஏறி ஜன்னலோர இருக்கையில் சாய்ந்தேன்.

சாமந்தி அத்தை இறந்துட்டாங்க. சங்கர் சொன்ன வார்த்தைகள் காதில் கொய்யென்று சத்தத்தைக் கொடுத்துக்கொண்டே இருந்தது. எப்பேர்பட்ட களையான முகம். கருப்பில் இப்படி யொரு வனப்பு இருக்குமா? நள்ளிரவில் டார்ச் அடித்த மாதிரி அப்படியொரு சிரிப்பு. கன்னக்குழி வேறு. நீண்டு தொங்கும் முடி, புட்டத்தைத் தாண்டி ஆடும். திடீரென ஒருநாள் நதியா கட்டிங் என்று

அத்தை அதனை வெட்டிக்கொண்டு வந்து நின்றுபோது, ஒட்டுமொத்த குவார்ட்டர்சே ஆடிப்போய்விட்டது.

அத்தைக்கு நதியாவென்றால் உயிர். நதியா பொட்டு, நதியா கம்மல், நதியா ரப்பர் பேண்ட், நதியா வளையல் என்று ஒரு கருப்பு நதியாவாகவே வளைய வந்தாள். புதுவண்ணாரப்பேட்டைக்குப் பூண்டி தங்கம்மாள் தெரு ஓர் அடையாளமென்றால், அந்தத் தெருவுக்குச் சாமந்திதான் சொத்து. வீடு என்னவோ, யூ ப்ளாக் 524 தான், ஆனால் எந்த வீட்டிலும் நுழைந்து வெளிவரும் உரிமை அவளுக்கு. காலையில் ஒரு வீட்டில் சாப்பிட்டு, மதியம் ஒரு வீட்டில் தூங்கியெழுந்து, மாலையில் யார் வீட்டிலோ பாட்டு பாடியபடிப் பூக்கட்டிக்கொண்டிருப்பாள்.

வெள்ளிக்கிழமையானால் திருவொற்றியூர் தண்டுமாரியம்மன் கோவிலில் முதல் பொங்கல் வைப்பது சாமந்திஅத்தை. அவ்வளவு சிரிப்பும் கும்மாளமும் அன்றைய தினம் மடித்துவைத்த புதுத்துணியாய் அமைதியாய் மாறிவிடும். சிவப்பு தாவணியும் மஞ்சள் பாவாடையுமாய்ச் சன்னதம் குறையாத மாரியாத்தாளாய் பொங்கல் வைத்து நூற்றெட்டு அடி பிரதட்சணம் செய்வாள்.

சேமியா ஐஸ் தின்றபடி வேடிக்கைப் பார்த்துக்கொண்டிருக்கும் நான் கேட்டதுண்டு, எதுக்கு அத்தை வெள்ளிக்கிழமையானா, இப்படி பண்ற? என்னை வாரி அணைத்து நெஞ்சோடு சேர்த்துத் தலையில் முத்தமிட்டு, உன்னைப்போல குண்டு பாப்பா வேணும்னு சொல்வாங்க. அத்தை இப்படி முத்தம் கொடுப்பதற்காகவே ஒவ்வொரு வெள்ளிக்கிழமையும் இதே கேள்வியைத் தவறாமல் கேட்பேன். சைக்கிள் ரிக்ஷாவில் ஏறிக்கொண்டு வீடு திரும்புவோம். தங்கம் தியேட்டரைத் தாண்டும்போது மாவெல்லத் துண்டு, தமிழ்நாடு தியேட்டரைத் தாண்டும்போது சீம்பால் ஏடு, சமயங்களில் அத்தை மடியில் படுத்தபடித் தூக்கமும். இந்த உரிமை எனக்கு மட்டுமே. இதற்காகவே புதுவண்ணாரப்பேட்டை இளைஞர்களுக்கு நான்தான் ‘தூது போ செல்லக்கிளி’. அத்தையிடம் கொடுக்கச் சொல்லி, நூற்றுக்கணக்கில் கடிதங்கள், பூ வேலைப்பாடு செய்த கர்ச்சீப்கள், ரிப்பன், வளையல், புது ரப்பர் செருப்பு இப்படி வகைவகையாய் என் மூலமாய்க் கொடுக்கப்படும். அவை அத்தனையும் மறுநாள் தெருவில் ஏதோ ஒரு சிறுமி அணிந்தபடி ஓடுவதைப் பார்த்திருக்கிறேன்.

சென்னை கடற்கரை ரயில் நிலையத்தில் இறங்கி வெளியே வந்து 56சி பேருந்தில் ஏறி, லட்சுமி கோயில் ஸ்டாப் கேட்டு மீண்டும் ஜன்னலோர இருக்கையில் அமர்ந்தேன்.

நாங்க அத்தை வீட்டுக்குப் பக்கத்துல இருந்தோம். ரத்த சொந்தம்லா கிடையாது. பக்கத்து வீட்ல இருக்குறவங்கள, உறவுமுறை வைத்துக் கூப்பிடும் சாதாரணப் பழக்கத்தில் ஆரம்பித்தது. ஆனால் சொந்தபந்தங்கள் கைவிட்டு நாங்க அனாதையாய் நின்றபோது, ஆதரவாய் வந்து நின்ற ஒரே குடும்பம் சாமந்தி அத்தையின் குடும்பம். என்னைத் தூக்கி கொஞ்சி, குளிப்பாட்டி, பால்வாடிக்குக் கூப்பிட்டுப் போய் விட்றது, கூப்பிட்டு வர்றது எல்லாமே அத்தைதான். அம்மா கையால் சாப்பிட்ட ஞாபகங்களை விட, அத்தை கையால் சாப்பிட்டது அதிகம்.

யூ ப்ளாக்ல மொத்தம் நாற்பது வீடு. 525ஆம் நம்பர் வீட்டுக்குக் கர்நாடகா மாநிலம் ஷிமோகாவில் இருந்து ஒரு குடும்பம் வந்து குடியேறியது. மொழி தெரியாதவங்க என்பதால வழக்கம் போல, சாமந்தி அத்தைதான் ஆல் இன் ஆல். அந்த வீட்டுக்கு வந்த புனிதா அக்காவும் சாமந்தி அத்தையும் ஜோடி போட்டுக்கிட்டுக் கந்தக்கோட்டம் கோயில், கற்பகாம்பாள் கோயில்னு சுத்துவாங்க. அப்போ ஒருநாள் எங்க பாட்டி இறந்துட்டாங்கனு தகவல் வர, எங்கம்மாவோட நாங்க சொந்த ஊருக்குப் போயிட்டோம். ஒரு மாசம் கழிச்சு திரும்ப ஊருக்கு வந்து சாமந்தி அத்தைய பாக்குறேன். ஆளே மாறிப் போயிருந்தாங்க.

அத்தை சிரித்தால் பக்கத்து ப்ளாக்வரைக்கும் கேக்கும். ஆனா, இப்போ க்ளுக்னு மெல்லிசா ஒரு சிரிப்பு. ஆம்பளையா இருந்தாக் கூட நெஞ்ச நிமித்திதா பேசுவாங்க. இப்ப என்னடான்னா, இருக்குற இடம் தெரியல. படிக்கட்ட தாவித் தாவிதா ஏறுவாங்க. கோயில்ல அடி பிரதட்சணம் பண்ற மாதிரி நடந்துக்கிட்டு இருந்தாங்க. என்னைக் கூட்டிக்கிட்டுக் கோயிலுக்குப் போறாங்க, ரிக்ஷாவில் திரும்ப வர்றோம். எனக்கு ஒண்ணுமே வாங்கித் தரல. சரியா பேசவும் இல்லை. எனக்கு அழுகைனா அப்படி ஒரு அழுகை. ஆளி புடிக்க கடலோரம்போன சங்கர் கூட சேர்ந்து நானும் முதல்முறையா காசிமேட்டுக்குப் போனேன். அங்க அவன்கிட்ட சொல்லி அழ ஆரம்பிச்சேன்.

என்னோட அழுகைய பார்த்த சங்கர் சிரிச்சுகிட்டே, டேய் நீ முக்கியமா, மஞ்சுநாதா முக்கியமா? குண்டு பயலே, இனி உன்னைத் தூக்கிக் கொஞ்ச மாட்டாடா உங்க அத்தைனு சொன்னான். எனக்கு ஒண்ணுமே புரியல. திரும்பி வந்து பார்த்தேன். பக்கத்து வீட்டு புனிதா அக்காவோட தம்பி, ஷிமோகாவிலிருந்து வந்திருந்ததா சொன்னாங்க, பேரு மஞ்சுநாத். ஆள பார்த்தா ஆறடி உயரம், நாலடி அகலத்துக்கு நல்ல கட்டுமரம் மாதிரி இருந்தாங்க. என்னைக் கூப்பிட்டு

ஏதோ சொன்னார், அவர் பேசியது எனக்குப் புரியல, அவர் மாரெல்லாம் கொசகொசனு முடி, கை நல்ல சொரசொரப்பா இருந்தது. எனக்கு ஒரே அருவருப்பு. யார் இந்த ஆளு, ஏன் இப்படி இருக்கான், என்கிட்ட என்ன சொல்றான்னு தெரியாம, அழுதுகிட்டே ஓடிவந்துட்டேன்.

கொஞ்சநாள் கழிச்சி, அகஸ்தியா தியேட்டர்ல, ஏதோ ஒரு இந்திப்படம் நல்லா இருக்குனு எங்க அப்பா எல்லாரையும் கூட்டிக்கிட்டுப் போனார். எல்லாரும்னா, ப்ளாக்–அ பொருத்தவரை பெரும்பாலும் எல்லா குடும்பமும் சேர்ந்து தான். பொம்பளைங்களுக்கு ரிக்ஷா வைச்சுக்கிட்டு, ஆம்பிளைங்க எல்லாரும் நடந்துபோவாங்க. நடக்குற தொலைவு இல்ல, ஆனா நைட்ல விக்குற குல்பி ஐஸ் சப்பிக்கிட்டே பேசிக்கிட்டுப் போனா தூரமே தெரியாது. வழக்கம்போல ரிக்ஷாவில் சாமந்தி அத்தைக் கூட நான்தான். ஆனா அத்தை ஒக்காந்த ரிக்ஷா மட்டும் ரொம்ப மெதுவா போச்சு. ரிக்ஷா பக்கத்துலயே மஞ்சுநாத் நடந்து வந்துகிட்டிருந்தார். என் கன்னத்த தட்டிகிட்டு, தலையைக் கோதி விட்டுக்கிட்டு நடந்தார். எனக்குப் புடிக்கல, ரிக்ஷால இருந்து இறங்கி ஓடிப்போய் சங்கர்கூட சேர்ந்துகிட்டேன். ஆனாலும் அத விட்டு மஞ்சுநாத் நகரவே இல்லை. சாமந்தி அத்தையும் புனிதா அக்காகிட்ட பேசிகிட்டே மஞ்சுநாத்த பார்த்துக்கிட்டு வராங்க.

நாங்க போன அந்தப் படம் மைனே ப்யார் கியா. கவுண்டர்ல, டிக்கெட்டோட சேர்த்து ரெண்டு புறா ஒட்டியிருக்குற மாதிரி சின்ன ப்ளாஸ்டிக் பொம்மை கொடுத்தாங்க. படத்துல ஒரு புறா பறக்குற மாதிரிதா சீன் வந்துச்சு. எதுக்கு இன்னொரு புறானு, படம் முடிஞ்சு திரும்பி வரும்போது யோசிச்சுக்கிட்டே இருந்தேன். மஞ்சுநாத் தன் கையிலிருந்த புறா பொம்மைக்கு முத்தம் கொடுத்தார். நான் சடாரென்று சாமந்தி அத்தைய திரும்பிப் பார்த்தேன். அத்தையும் புறா பொம்மைக்கு முத்தம் கொடுத்தாங்க. எனக்குக் கோவம், கோவமா வந்தது. என் கையில இருந்த புறா பொம்மையைச் சாக்கடையில வேகமா வீசி எறிஞ்சேன்.

சாமந்தி அத்தை ரொம்ப நல்லா தைப்பாங்க. அளவே எடுக்காம அட்டகாசமா ஜாக்கெட் தைப்பா சாமந்தினு ஏரியாவே பேசும். நாகூரார் தோட்டம், கீரைத் தோட்டம்னு வெளில இருந்தெல்லாம் அத்தை கையில் வந்து தைச்சுக்கிட்டுப் போவாங்க. தியேட்டருக்குப் போய்ட்டு வந்த மறுநாள் அத்தை ஒரு துணியில் ரெண்டு புறா படத்தை அழகா எம்பிராய்டரிங் செஞ்சுகிட்டு இருந்தாங்க. ஒரு புறா மேல சிவப்பு நிறத்துல எம்–னு, இன்னொரு புறா மேல கருப்பு நிறத்துல எஸ்–னு இருந்துச்சி.

எனக்கு இதுக்கும் கோவம் கோவமா வந்துச்சு. ஏன் கோவம்னு புரியல. ஆனா அத்தை பண்றது எனக்குப் புடிக்கலனு மட்டும் நல்லா தெரிஞ்சுது. அத்தைக்கிட்ட சொல்லலாம்னு பார்த்தேன். அத்தையோட முகத்துல அப்படி ஒரு பரவசம். முகமெல்லாம் குளிர்ந்து, கண்ணெல்லாம் கலங்கி, ஆனா சிரிச்சிட்டிருந்தாங்க. என்னால எதுவும் சொல்ல முடியல.

லட்சுமி கோயில் ஸ்டாப்ல இறங்கும்போதே சங்கர் நின்னுக்கிட்டிருந்தான். பார்த்ததும் "எப்படி இருக்க குமாரு, வேலை நல்லா போதா? வீட்ல எல்லாரும் நல்லா இருக்காங்களா," என்று கேட்டான். கொஞ்சம் சதை போட்டுக் குண்டாக தெரிந்தான். படிப்பு ஏறல, மெக்கானிக் வேலை பாக்க ஆரம்பிச்சு, இப்போ சொந்தமா ஒரு ஷெட். சால்ட் குவார்ட்ஸ் லெப்ட் திரும்பினா மொத கடை அவனோடது. நல்லா இருக்காங்க சங்கர் என்று பேசியபடியே ரெண்டு பேரும் டீக்கடைக்குள் நுழைந்து ஆளுக்கு ஒரு சிகரெட் பற்றவைத்துக் கொண்டு அமைதியாக இருந்தோம்.

"ஏற்கனவே எதிர்பார்த்ததுதா, யாருக்கும் பெரிசா தெரியல, இன்னும் சொல்லப் போனால் அது நிம்மதியா போய் சேர்ந்ததுனு தான் எல்லாரும் பேசிக்கிறாங்க" என்று கூறியபடியே புகையை ஆழ இழுத்துவிட்டான் சங்கர். "ஆனா, உன்னை நினைச்சுதான் நான் ரொம்ப கவலைப்பட்டேன்," என்று தோளைத்தட்டிய சங்கரை இலக்கில்லாமல் பார்த்தேன்.

இதே வார்த்தைகளை அன்று சாமந்தி அத்தையும் சொன்னாங்க. ஆடி மாசம் முழுவதும் மாரியம்மனுக்கு விரதம் இருந்தாங்க அத்தை. வழக்கத்தைவிட ரொம்ப உக்கிரமா எந்நேரமும் கோவில்ல உட்கார்ந்துகொண்டு பொங்கல் வைப்பதும், வேப்பிலை நேர்த்திக்கடன் செலுத்துவதும் என்று நடமாடும் மாரியம்மனாகவே மாறிட்டாங்க. எந்தமுறையும் இல்லாத அளவுக்கு அந்த ஆடிக்குத் தீ மிதிக்கவும் செஞ்சாங்க. மஞ்சள் புடவை கட்டிக்கிட்டு, தலையில பால்குடம் எடுத்து அத்தை தெருவெல்லாம் சுத்தி வந்தாங்க. எல்லார் வீட்டு வாசல்லயும் அத்தை கால்ல மஞ்சள் தண்ணிய ஊத்திக் கன்னத்துல போட்டுக்கிட்டு என்னவோ சாமிய பாக்குற மாதிரி பார்த்தாங்க. அத்தை என்ன தொட்டே ரொம்ப நாள் ஆச்சுனு சட்டுனு நினைவுக்கு வந்தது. உடனே ஒரு குடம் தண்ணி எடுத்து அத்தை காலில் கொட்டி, பாதத்தை என் தலையில் தொட்டு வணங்கினேன். அத்தை உற்றுப் பார்த்துவிட்டு வேகவேகமா தீ மீது ஓடினாள். எனக்கு உடம்பெல்லாம் நெருப்பள்ளி கொட்டியது மாதிரி இருந்தது.

தீ மிதிச்ச மறுநாள் அத்தை என்னைக் கூட்டிக்கொண்டு தேசம்மா கோவிலுக்குப் போனாங்க. வழக்கமா அங்க போக மாட்டாங்க. சாமி கும்பிட்ட பிறகு, என் தலையைக் கோதிவிட்டு "நல்லா படிக்கணும்னா, உங்க அம்மாவை நெனச்சுப் பாரு, எவ்ளோ கஷ்டபட்றாங்க, உங்க அப்பா பண்றது சரியில்ல, நீயும் உங்க அண்ணனும்தா உங்க அம்மாவ கரை சேர்க்கணும்" என்று கூறிவிட்டு "ஒழுங்கா படிப்பியா" என்று உள்ளங்கையை நீட்டிச் சத்தியம் கேட்டாங்க. மஞ்சளும் குங்குமமும் கலந்து சாமந்திப் பூவின் இதழ்கள் ஒன்றிரண்டு ஒட்டிக்கொண்டு இருந்தன. "நல்லா படிப்பேன் அத்தை" என்று நானும் சத்தியம் செய்தேன். "உன்னை நினைச்சுதான் நான் ரொம்ப கவலைப்பட்டேன்" என்று சொல்லி ரொம்பநாள் கழித்து நெஞ்சோடு அணைத்துக் கொண்டார்கள். "நீ வீட்டுக்குப் போ, நான் எங்கே என்று கேட்டால் தெரியாது என்று சொல்லிவிடு" என்று கூறிவிட்டு விறுவிறுவென்று சாலையைத் தாண்டி சென்றுவிட்டார்கள்.

இரவில் குல்பி ஐஸ்காரன் வந்துபோன பிறகும் சாமந்தி அத்தை வீடு திரும்பவில்லை. பூண்டி தங்கம்மாள் தெருவே அல்லோலகலப்பட்டது. சாமந்தி அத்தையின் அம்மா, கபாலி பாட்டி என்னிடம், "நீதாண்டா அவ கூட கடைசியா இருந்த, எங்க போனா, என்ன சொன்னிட்டு போனா" என்று ஆவேசமாகக் கேள்வி எழுப்பினார்கள். "நல்லா படினு சொன்னாங்க, சொல்லிட்டு போய்ட்டாங்க" என்று நான் சொன்னதும் என் முதுகில் அம்மா மடாரென்று ஒரு அடி. "அப்பவே வந்து சொல்லக் கூடாதா சனியனே, ஊரெல்லாம் சுத்திட்டு, தின்னுட்டு சாவகாசமா சொல்ற, புத்திகெட்டவனே" என்று ஏகத்துக்கும் திட்டியபடி சரமாரியாக வெளுத்துவாங்கினார்கள். "பத்து வயசு புள்ளைக்கு என்ன தெரியும், அதைப் போய் அடிக்கிற" என்று கூட்டத்தில் யாரோ என்னைக் காப்பாற்றினார்கள். நான் விசும்பியபடி அடி பம்பு அருகே போய் அமர்ந்துகொண்டேன். இரவு முழுவதும் ரிக்ஷாக்கள் வருவதும், போவதுமாய் இருந்தன. நான் அப்படியே தூங்கிவிட்டேன். கனவில் சாமந்தி அத்தையின் சிரித்த முகம்.

சிகரெட்டை முடித்துவிட்டு நானும் சங்கரும் பூண்டி தங்கம்மாள் தெருவில் நுழைந்த குவார்ட்டர்சின் வாசலில் வந்து நின்றோம். பழைய குவார்ட்டர்சை இடித்துவிட்டுப் புதிதாய்க் கட்டி இருக்கிறார்கள். தெரியாதவர்கள் வீட்டிற்குள் நுழைந்தது போல் இருந்தது. குவார்ட்டர்ஸ் வாசலிலேயே கண்ணாடி பெட்டிக்குள் அத்தையின் உடல் கிடத்தப்பட்டிருந்தது. தாடை இறுகி, முகம் சுருங்கி, ஏறுநெத்தியாய் முடி உள்வாங்கி, சற்று வதங்கி யாரோ போல் இருந்தது. நான் கண்ணாடிப்

பெட்டியில் முகம் வைத்து உற்றுப் பார்த்தேன். கண் கலங்கி, முகமே தெரியாமல் சாமந்திப் பூக்கள் நிரம்பிய மாலைதான் மங்கலாகத் தெரிந்தது.

மூன்றாவது மாடியிலிருந்து கீழே நின்றுகொண்டிருந்த எனக்கு வடையை அத்தை தூக்கிப் போட, நடுவழியிலேயே காக்கா ஒன்று கொத்திக்கொண்டு போனது. அப்போது அத்தை சிரித்தார்கள் பார் ஒரு சிரிப்பு, அப்பா அப்படி ஒரு சிரிப்பு. இதோ இப்போதும் என் காதுக்குள் அந்தச் சத்தம். அத்தை, அத்தை, அத்தை . . . கண்ணாடிப் பெட்டியைப் பிடித்தபடி விழுவதுவரை ஞாபகம் இருந்தது.

கோவிலிலிருந்து கிளம்பிய அத்தையைச் சிலமாதங்கள் கழித்து ஷிமோகாவில் இருந்து கூட்டி வந்தார்கள். அன்றுதான் நாங்கள் வீட்டைக் காலிசெய்து சொந்த ஊருக்குக் கிளம்பிக் கொண்டிருந்தோம். அப்பாவுக்கு வேலை பிரச்னை, அம்மாவுக்கு அப்பா பிரச்னை, ரெண்டு பேருக்கும் நாங்க பிரச்னை என்று அக்காலகட்டத்தில் தொட்டதெல்லாமே சிக்கலாகிக் கொண்டிருந்தன. எல்லாப் பொருட்களையும் வண்டியில் ஏற்றிக்கொண்டிருந்தபோது, ஆட்டோவில் இருந்து சாமந்தி அத்தையும் மஞ்சுநாதாவும் இறங்கினார்கள். அத்தையிடம் சிரிப்பு இல்லை; துள்ளல் இல்லை. மஞ்சுநாதா வேகவேகமாக மாடி ஏறிச் சென்றுவிட்டார். அடி பம்பு அருகே நின்றுகொண்டிருந்த எல்லாப் பெண்களும் ஓடிவந்து அத்தையை சூழ்ந்துகொண்டார்கள். “என்னடி இப்படி பண்ணிட்ட, நீயா இப்படி பண்ண? எப்படிடி பண்ண மனசு வந்தது,” என்று ஏதேதோ கேள்விகள். அனைத்திற்கும் அமைதியாக நின்றிருந்தார் அத்தை.

என் அருகே வந்து நின்ற அத்தை, என் முதுகைத் தடவிக் கொடுத்து “வலிச்சுதா” என்று கேட்டார்கள். எனக்குப் பொசுக்கென்று கண்ணீர் கொட்டியது. அப்படியே அணைத்துக் கொண்டு “சொன்னத மறக்காத” என்று கூறிவிட்டுத் தளர்ந்த நடையோடு மாடியேறிப் போனார்கள்.

“குமார், குமார்” என்று சங்கரின் குரல் கேட்டுக் கண் விழித்தேன். கையில் தண்ணீர் பாட்டிலோடு சங்கர். முகமெல்லாம் ஈரமாக, சட்டையெல்லாம் தொப்பலாக... “என்னடா மச்சான், மயங்கி விழுந்துட்ட, இந்தா தண்ணிய குடி” என்ற பாட்டிலை நீட்டினான். வாங்கிக் குடித்துவிட்டுச் சுவரில் சாய்ந்து அமர்ந்தபடி அத்தையைப் பார்த்தேன்.

பரிவேட்டை திருவிழாவின்போது, க்ரௌன் தியேட்டர் அருகே இருந்த போட்டோ ஸ்டுடியோவில் நான், சாமந்தி

அத்தை, அண்ணன், அம்மா எல்லாரும் சேர்ந்து ஒரு போட்டோ எடுத்துக்கொண்டோம். அந்த போட்டோ இப்போது கூட வீட்டில் இருக்கு. வாய்கொள்ளாச் சிரிப்பும், இரட்டை ஜடை பின்னலும், என் தோளில் கையைப் போட்டபடி நின்றுகொண்டிருந்தாள் சாமந்தி அத்தை. என்னால் பெட்டிக்குள் இருக்கும் அத்தையைப் பார்க்க முடியவில்லை. கால்கள் பின்ன எழுந்து கூட்டத்திற்கு வெளியே சென்று சங்கர் பக்கத்தில் நின்றுகொண்டேன்.

"...த்தா, வண்டி எடுத்துட்டு வரச்சொல்லி எவ்ளோ நேரம் ஆச்சு, புடுங்கிக்கிட்டு இருந்தியா, ...த்தா கழுத்தை நெரிச்சுக் கொன்னுடுவேன், சாயந்திரத்திற்குள்ள பாடிய எடுக்கலேன்னா, ...ம்மாள செவிளு திரும்பிடும் சீக்கிரம் வாடா ...த்தா" என்று மஞ்சுநாதா மாமா போனில் யாரையோ திட்டிக்கொண்டிருந்தார்.

சொந்த ஊருக்குச் சென்றபிறகு இரண்டுமுறை அத்தையை வந்து பார்த்திருப்பேன். பத்தாம் வகுப்பில் தேர்ச்சிபெற்றபோது ஒன்று, கல்லூரியில் சேர்ந்தபோது இரண்டாவதாக. இரண்டுமுறையும் அத்தை என்னை அணைக்கவில்லை; சிரிக்கவில்லை. பேசக்கூட இல்லை. வாசல்வரை வந்து நின்று திரும்பிப் பார்த்த போது, அத்தை அழுதுகொண்டிருந்ததைப் மட்டும் பார்த்தேன். அதன்பிறகு பார்க்கவே இல்லை.

கருப்பு நிற ஆம்னி காரில் அத்தையின் உடல் ஏற்றப்பட்டது. காரின் மீது ஏராளமான மாலைகள். பெண்களின் குலவை உச்சத்தை எட்ட, கார் புறப்பட்டது. மஞ்சுநாதா மாமா காரின் அந்தப்பக்கம், நான் இந்தபக்கம். பூக்களை ஒவ்வொன்றாகப் பிய்த்துப் போட்டபடியே நடந்துகொண்டிருந்தேன். பூண்டி தங்கம்மாள் தெரு முடிந்து கடற்கரைச் சாலை வளைவில் திரும்பிப் பார்த்தபோது, வழியெங்கும் சாமந்தி இறைந்துகிடந்தது.

●

தேசம்மா

நாயக்கர் காலம்

ராயபுரத்தின் கல்மண்டபம் அங்காள பரமேஸ்வரி அம்மன் கோவிலையொட்டிய சிறிய சந்தின் கடைசி வீடு. வீட்டின் பின்புறம் அடி பம்பின் அருகே தலை துடிதுடிக்க கழுத்திலிருந்து ரத்தம் வடிய மெல்லச் செத்துக்கொண்டிருந்தான் கில்கா.

ஒன்றரை அடி நீளத்தில், உள்ளங்கையளவு அகலத்தில் கைப்பிடியில் ரப்பர் டியூப் சுற்றப்பட்டு அதற்குமேல் சணல்கயிற்றால் கட்டப்பட்டிருந்த அந்தக் கத்தியில் ஆங்காங்கே ரத்தத் திட்டுக்கள். கருஞ்சிவப்பு நிறத்தில் இருந்த அந்த ரத்தக்கறை களையே பார்த்துக்கொண்டிருந்தான் கன்னியப்பன். அவன் கண்களில் கண்ணீர் பெருக்கெடுத்து அதன்மீது விழுந்தது. நெஞ்சு விம்ம பெருமூச்சும் கூட சேர்ந்துகொண்டது. ஓங்கிப் பெருங்குரலெடுத்து அழலானான். மூக்கை உறிஞ்சியபடிக் கோணியின் கிழிசல் எடுத்து ரத்தத்தைத் துடைத்தான். கைகளைக் கட்டியபடி அவனையே வெறித்துப் பார்த்துக்கொண் டிருந்தனர் தெத்தியப்பனும் பெத்தாண்டவனும்.

எவ்வளவு நேரம் அப்படி கடந்துசென்றது என்று அவர்களுக்குத் தெரியவில்லை. அடுத்து என்ன செய்வது என்றும் புரியவில்லை. ஒருவரை ஒருவர் பார்த்தபடி நின்றுகொண்டிருந்தனர். ஒருவரை ஒருவர் நம்புவதா, வேண்டாமா என்பதற்கும்

விடையில்லை. முழுவதுமாகத் துடைத்து முடித்த கத்தியை உப்பில் ஊறவைத்த கோணிப்பையில் சுருட்டி அடிபம்பு அருகே குழிதோண்டிப் புதைத்தான் கன்னியப்பன். அப்போதும் ஒன்றும் பேசாமல் மூவரும் நின்றுகொண்டிருந்தனர். கில்காவின் விம்மல் முழுவதுமாக அடங்கியது. அதே அடிபம்பின் அருகில் மற்றொரு குழியில் இறக்கப்பட்டது அவனது உடல்.

அப்போது முன்கதவைத் தட்டும் சத்தம் கேட்டது. கூடவே "கன்னியப்பா, கன்னியப்பா" என்று தேசப்பன் அலறும் சத்தமும், கூடவே பலர் ஓடும் சத்தமும் கேட்டது. கத்தியைப் புதைத்த இடத்தையும், கில்காவைப் புதைத்த இடத்தையும் ஒருவர் மாறி ஒருவர் உற்றுப் பார்த்தனர். கன்னியப்பன் மட்டும் வேகவேகமாக வெளியே சென்று கதவை திறந்தான். "மச்சான், ஐயாவ போட்டாங்கடா, நம்ம நாயக்கர் ஐயாவ போட்டங்கடா, ...த்தா, ...ம்மாள, ...வ்டியா பசங்க, என் கைல கெடச்சானுங்க நெஞ்ச கீறி ரெண்டா பொளந்துடுவேன்" என்று அரற்றினான் தேசப்பன். பின்னால் வந்த நின்ற இருவரையும் பார்த்து, "நீங்களா? இங்கயா இருக்கீங்க, ஐயோ நாயக்கர போட்டங்கடா, போட்டங்கடா, நீங்கெல்லா இருந்தும் இப்படி போட வுட்டுட்டீங்களேடா, பாவிகளா" என்று தலையில் மடார் மடார் என்று அடித்துக்கொண்டான். அடித்துக்கொண்ட வேகத்தில் கீழே சரிந்து விழுந்து, "எப்பேர்ப்பட்ட மனுசன்டா, எம்ஜிஆர் மாதிரி அள்ளிஅள்ளிக் கொடுத்த வள்ளல்டா, அந்தப் புண்ணியவான கொன்னுட்டானுங்களே, இனி நாதியத்துப் போவோமே" என்று இடுப்பு லுங்கி கழன்றது தெரியாமல் மண்ணில் புரண்டு அழுதான்.

கன்னியப்பன், "டே தேசப்பா என்னடா சொல்ற, எப்போ, எங்க, எப்படி" என்று கேள்விகளை அடுக்கினான். "மச்சான் ஹார்பர்ல வச்சி கொஞ்ச நேரம் முன்னாடி போட்டு இருக்கானுங்கடா, அந்த மனுசன் தனியா ஒக்காந்து குசலம் விசாரிக்கிற இடத்துல வச்சி குத்திப்போட்டு இருக்கானுங்கடா, ஊரே அங்கதாண்டா ஓடுது" என்று சொல்லியபடியே தலையை இடமும் வலமுமாக நம்பாதது போல் ஆட்டிக்கொண்டே இருந்தான்.

"அழாத தேசப்பா, டேய் எல்லா வாங்கடா" என்று வாசலில் நிறுத்தப்பட்டிருந்த ஆட்டோவை கன்னியப்பன் ஸ்டார்ட் செய்ய, மூன்று பேரும் ஏறிக்கொண்டனர். வழியெங்கும் மாரில் அடித்துக்கொண்டு கத்தியபடியே வந்தான் தேசப்பன். ராயபுரம் பாலம் ஏறி இறங்கி சென்னை துறைமுகத்தின் முதலாவது கேட் வழியே ஆட்டோ உள்ளே சென்றது. முன்னே பலர் ஓடிக்

கொண்டிருக்க வெளியே சிலர் தலைதெறிக்க ஓடிவந்தனர். போலீஸ் ஜீப் ஒன்று நின்றுகொண்டிருந்தது. ஐந்தாறு போலீசார் கைகளில் லத்திகளை வைத்தபடி ஓடிவந்தவர்களை தடுத்து நிறுத்த முயன்றனர்.

கப்பல் கட்டுவதற்காக அமைக்கப்பட்டிருந்த கருங்கல் தரையின் தூணோரம் விழிகளைத் திறந்து வெறித்தபடிக் கழுத்து வெட்டப்பட்ட நிலையில் விழுந்துகிடந்தார் கோவிந்தப்ப நாயக்கர். கெண்டைக்கால் ஏறத்தாழ தனியே தொங்கியது. முன்னந்தலையின் வெட்டு காதை அறுத்து விட்டிருந்தது. இடது கையின் மூன்று விரல்களைக் காணவில்லை. அவர் எப்போதும் விரும்பி அணியும் வெள்ளை நிற வேட்டி, சட்டை முழுவதும் ரத்தச் சிதறல்கள். ஆரஞ்சு நிற சார்மினார் சிகரெட் டப்பாவும், சீட்டா தீப்பெட்டியும் தூணுக்கு அருகில் கிடந்தன. பாதி பிடித்த நிலையில் சிகரெட் ஒன்றும் அங்கேயே இருந்தது. ஆட்டோவிலிருந்து துள்ளிக் குதித்து "ஐயோ, நாயக்கரே" என்று தேசப்பன் ஓட, அங்கிருந்த கான்ஸ்டபிள் தள்ளிவிட முயன்றார். கன்னியப்பன், அந்த கான்ஸ்டபிளின் சட்டையைக் கொத்தாகப் பிடித்துத் தள்ளிவிட்டு, விழுந்து கிடந்த சடலத்தைப் பார்த்தான். அறுபத்தைந்து வயது முதியவர் போலல்லாமல் படகு செய்வதற்கு அறுத்த பலகை போல அகன்று விரிந்துகிடந்தார்.

கோவிந்தப்ப நாயக்கர் ...

1964வது வருஷம் இருக்கும். அதுவரைக்கும் பெரிய கப்பல் எதுவும் சென்னை துறைமுகத்தோட கரைப்பக்கம் வந்து நிக்காது. கரையில இருந்து ஒன்றரை கிலோ மீட்டர் தள்ளி தான் நிக்கும். ஏன்னா, அங்கதா ஆழம் அதிகம். அங்க இருந்து சின்ன சின்ன படகுகளில் சரக்குகளை கரைக்கு கொண்டு வருவாங்க. பாதிப்பேர் சரக்கு பெட்டிகளை நடுவழியிலேயே கயிறுகட்டி கடல்ல தள்ளிட்டு தண்ணில மூழ்கிடுச்சுனு பொய் சொல்லிட்டு ஏமாத்திடுவாங்க. அப்படியே கொண்டு வர்ற சரக்குகளையும் பாதி திருடி, துறைமுகத்துக்கு வெளிலயே கடைபோட்டு சல்லிசான விலைக்கு விப்பாங்க. துறைமுக அதிகாரிகளால அவங்கள தடுக்கவும் முடியாம, புடிக்கவும் முடியாம ஒரே தவிப்பா இருந்த நேரம்.

ஒருநாள் கள்ளத்தனமா சரக்கு பெட்டிய எடுத்து வந்த முதலாளிக் கிட்ட சுமைகூலியா இருந்த கோவிந்தன், பேசிய கூலிய கேக்க, அதுக்கு அந்தாளு கம்மியா தர, வாக்குவாதம் முத்தி, ஒரே அடி. முதலாளி காலி. அவரோட சட்டைப்

பாக்கெட்டில் இருந்த பணக்கட்டுல இருந்து தன்னோட கூலிய மட்டும் எடுத்துக்கிட்டு கோவிந்தன் நடக்க ஆரம்பித்தான். இதைப்பார்த்த துறைமுக அதிகாரிகள், கோவிந்தனை அழைத்து சரக்குகளை கப்பல்ல இருந்து கரைக்கு கொண்டு வந்து தர்றியா, கூடுதலா பணம் தாரனேன்னு சொல்ல, அதுவே கோவிந்தனின் தொழிலாக ஆகிப்போனது.

அந்த சமயத்துலதா, லால் பகதூர் சாஸ்திரி, நேரு பேர்ல சென்னை துறைமுகத்துல ஒரு டாக் கட்றார். டாக்–னா கரைக்கு நெருக்கமாவே கப்பல்கள் வந்து நிக்கும். கரையை பதினைந்து மீட்டர்வரை ஆழம் பண்ணி அதை நாட்டுக்கு கொடுத்தாங்க. அதுவரைக்கும் கொஞ்சமா இருந்த சரக்கு வியாபாரம் சென்னை துறைமுகத்துல வெளுத்து வாங்க ஆரம்பிச்சது. எந்த நாட்டுக் கப்பல் வந்தாலும் கேப்டன் மொதல்ல கூப்பிட்றது கோவிந்தப்ப நாயக்கரைத்தான். அவர் பார்த்து சரக்கு எவ்ளோ, எத்தனை பேர் கூலி, எங்க எறக்கணும், எப்படி எறக்கணும்னு சொல்ற அளவுக்கு ஹார்பர்ல அசைக்க முடியாத ஆளா மாறி நின்னார்.

ராயபுரத்துலயே பொண்ணு எடுத்து கட்டிக்கிட்டார். எம்ஜிஆர் படம்னா உசுரு. ஓடியன்மணி தியேட்டர்ல, எம்ஜிஆர் படத்த முதல்நாள் முதல்காட்சி பாக்குறது கோவிந்தப்ப நாயக்கர் தான். 1967ஆம் வருஷம் ஜனவரி மாசம் எம்ஜிஆரை, எம்.ஆர். ராதா சுட்டுட்டார்னு தகவல் தெரிஞ்சதும் கோவிந்தப்ப நாயக்கர் பண்ண அலப்பறை கொஞ்சம், நஞ்சமல்ல. அன்னிக்கு ஹார்பர்ல ஒரு கப்பல்ல இருந்தும் ஒரு சரக்கும் இறங்கல. அறிவிக்கப்படாத வேலைநிறுத்தத்தை பண்ணார். எண்ணூர்ல இருந்து ராயபுரம் வரைக்கும் ஒரு கடைய தொறக்க விடல, ஓடிய ரிக்ஷாவை எல்லாம் ஒடச்சி தூள் தூளா ஆக்கிட்டார். ஓடைதண்ணி குப்பத்துல, சாராயம் வித்த ஒரு கும்பல கண்ணு மண்ணு தெரியாம அடிச்சு துவைக்க அவனுங்க அதுக்குப்பிறகு சாராயம் காய்ச்சுறதையே நிப்பாட்டிட்டானுங்க. அதுவரைக்கும் எம்ஜிஆர் ரசிகனா இருந்த கோவிந்தப்ப நாயக்கர், வெறியனா மாறினார். அப்போ நடந்த தேர்தல்ல, வடசென்னை முழுக்க எம்ஜிஆருக்காக, திமுக கொடி பிடித்து ஓட்டு வேட்டையாடினார். அந்த தேர்தல்ல திமுக ஜெயிச்சத விடவும், திரும்பவும் எம்ஜிஆர் நடிக்க வந்ததுதான் கோவிந்தப்ப நாயக்கருக்கு நிம்மதி.

1972இல் எம்ஜிஆர திமுக விட்டு விலக்கிய நேரம். எல்லோரும் எதிர்பார்த்தாங்க, கோவிந்தப்ப நாயக்கர், அதிமுகவில போய் சேர்வார்னு, ஆனா அவர் போகல. நான் எம்ஜிஆர் படங்களுக்குதான் ரசிகன். எனக்கென்னமோ திமுக கட்சிதாம்பா புடிச்சி இருக்குனு சொல்லிட்டார். எல்லோருக்கும் ஆச்சர்யம்னா,

அப்படியொரு ஆச்சர்யம். ஆனா கட்சி எதிர்ப்பையும் மீறி வடசென்னைல எல்லா தியேட்டர்லயும் உலகம் சுற்றும் வாலிபன் படத்தை ஓட்டிக் காட்டினார். அதனாலயே கட்சிக்குள்ள ஓரம்கட்டப்பட்டார். உலகம் சுற்றும் வாலிபன் படத்தோட தாக்கத்தால ஜப்பானுக்கு போக முடியலனா கூட, அதுபோலவே மூஞ்சி இருக்கிற சிங்கப்பூர்காரனை பார்த்துட்டு வரேனு சிங்கப்பூர் போனார். ஏன்னா, அப்போதெல்லாம் சென்னையில் இருந்து சிங்கப்பூருக்கு நேரடி பயணிகள் கப்பல் சேவை இருந்தது. சென்னை துறைமுகத்தின் அறிவிக்கப்படாத அதிகாரியா இருந்த கோவிந்தப்ப நாயக்கர், ரெண்டு முறை கப்பல்ல சிங்கப்பூர் போயிட்டு வந்தார்.

அப்படி போயிட்டு வரும்போதெல்லாம் புதுப்புது எலெக்ட்ரானிக் பொருட்களை வாங்கிட்டு வருவார். பலநாட்டுக் கப்பல்களின் கேப்டன்களும் கோவிந்தப்ப நாயக்கருக்காகவே பல பொருட்களை அவருக்கு எடுத்துட்டு வருவாங்க. ஆனா ஒருநாளும் சாராயமோ பிராந்தியோ விஸ்கியோ தொட்டு பார்த்தது இல்லை. என்னவோ சிங்கப்பூர் போயிட்டு வந்த பிறகு சிகரெட் பழக்கம் மட்டும் வந்து அவர்கிட்ட ஒட்டிக்கிச்சு. அதுவும் சார்மினார் படம்போட்ட சிகரெட்தான் அவருக்கு எப்போதும் பிடிக்கும். ஆனா யார் எதிரிலும் அவர் புடிக்க மாட்டார். இரவு ஒன்பது மணிவாக்கில் துறைமுகத்துக்குள்ள இருக்கிற, கப்பல் கட்டுதளத்துல இருக்கிற சின்ன தூண் மேல ஒக்காந்துகிட்டு கடல பார்த்துக்கிட்டு சிகரெட் புடிக்கிறது அவர் ஸ்டைல். மறுநாள் நடக்கப்போற பஞ்சாயத்துக்கு என்ன முடிவு சொல்லணும்னு அந்த சமயத்துலதான் அவர் யோசிப்பார்.

1974இல் சென்னை துறைமுகத்துல நேரு டாக்–வுடன் பாரதி பெயரில் மற்றொரு டாக் உருவாக்கப்பட்டது. அளவில் பெரிய கண்டெய்னர்கள் வருகை அதிகரித்தது. கண்ணில் பார்த்தே கண்டெய்னர் அளவுகளைக் கணித்து எவ்வளவு இறக்க முடியும் என்பதைக் கூறிவிடுவார். ஒரு மனுஷன் நின்ன இடத்தில் இருந்து இருபடி அடி நடந்தா எவ்ளோ நீள அகலம் வருமோ, அதுதான் கண்டெய்னர் பெட்டி அளவு என்று அவர் அனுபவ ரீதியில் கூறியதே, அதன்பிறகு பெட்டிகள் வைக்கப்படுவதற்கான அளவாக பின்பற்றப்பட்டது.

இப்படித்தான், ரத்தன் பஜாரில் பெரிய அலுமினிய வியாபாரம் பார்த்துவந்த குஷால்தாஸுக்கு சிங்கப்பூருக்கு ஒரு கப்ப்ல் விட வேண்டும் என்று ஆசை தோன்றியது. இதைக்கேள்வி பட்ட கோவிந்தப்ப நாயக்கர் நேரே குஷால்தாசைப் பார்த்து, “பாருங்க இப்போலாம் அமெரிக்கா தான் எல்லாருக்கும்

புடிக்க ஆரம்பிக்குது. இந்த சமயத்துல சிங்கப்பூருக்கு கப்பல் விட்டா நட்டம் தான்" என்று கூறினார். எங்கே ஹார்பர்ல அவருக்கு இருக்குற முக்கியத்துவம் போய்டும்னு கோவிந்தப்ப நாயக்கர் வேணும்னு திசை திருப்புறார்னு நெனச்ச குஷால்தாஸ் கப்பல வாங்க 1984இல் அடியோடு சென்னையில் இருந்து சிங்கப்பூருக்கான பயணிகள் கப்பல் சேவை நின்னு போச்சு. அப்போ நொடிச்சுப் போன குஷால்தாஸ் குடும்பம் இன்னும் தலையெடுக்கல.

இந்த சமயத்துல ஒருநாள், கூட இருந்த இளவட்ட பயல்கள் எல்லாம் அடிக்கடி ரெண்டு மூணுநாள் காணாமல் போவதும், அப்புறம் வர்றதுமா இருந்தத பார்த்த கோவிந்தப்ப நாயக்கர், "என்னங்கடா எங்கடா போறீங்க, வரீங்க என்ன நடக்குது" என்று அதட்டல் விட்டார். அப்போதுதான் கோவிந்தப்ப நாயக்கரிடம் வேலைக்குச் சேர்ந்திருந்த கில்கா சொன்னான், "அண்ணே, எல்லோரும் திருவான்மியூர் போயிட்டு வர்றாங்கண்ணே நைட்ல" என்று போட்டு உடைத்தான். அப்புறம் கோவிந்தப்ப நாயக்கர் விசாரிக்கும்போது, திருவான்மியூர்ல ஆட்டோ ஓட்டிக்கிட்டிருந்த கவுரிசங்கர் என்ற ஆளு, பொண்ணுங்கள வச்சு தொழில் பண்றான்னு தெரிஞ்சுது. அன்னிக்கு ராத்திரியே கப்பல் கட்ற இடத்துக்கு அருகில் சிகரெட்டை விருட் விருட்டென்று பிடித்தபடி எல்லாரையும் வரவழைத்து வெளுவெளு என்று வெளுத்துவிட்டார். இதற்கு உச்சமாக மறுநாள் அந்த கவுரிசங்கரை கூப்பிட்டு "தம்பி, இப்படிலா பண்ணக்கூடாது, வளர்ற புள்ளங்களை சீரழிக்காத" என்று எச்சரித்தார். "கத்திய தூக்கின ரவுடிக்கு கத்தியாலதான் சாவு, ஆனா பொறுக்கிக்கு லோல் அடிச்சு லொங்கு அடிச்சு போலீசு அடிச்சுதான் சாவு" என்று கூறினார்.

ஒன்றிரண்டு முறை அல்ல, ஐந்துக்கும் மேற்பட்ட முறை கோவிந்தப்ப நாயக்கரைக் கொல்ல முயற்சிகள் நடந்தன. சரக்குகளை ஏற்றி இறக்கும் மொத்தக் குத்தகையும் கிட்டத்தட்ட முப்பது வருஷமா கோவிந்தப்ப நாயக்கரை விட்டு போகல. சௌகார்பேட்டைல ஆபிச போட்டு எவ்ளோ போராடி பார்த்த பாம்பேகாரனுங்க, கோவிந்தப்ப நாயக்கர் இருக்குறவரை நம்ம கை மேல வராதுனு தெரிஞ்சு, அவர போட்டுப் பார்க்க முயற்சி செஞ்சாங்க. ஆனா, எப்போதும் கூட 10 பேர் இருக்குற கோவிந்தப்ப நாயக்கரை நெருங்குறது அவ்ளோ சுலபமா இல்ல. அவரும் இப்போ கார்லா வர்றது, போறது. முன்னாடி ரெண்டு காரு, பின்னாடி ரெண்டு காரு. ஆனாலும் ஹார்பர்க்கு உள்ள, அவர் எப்போதும் ஒத்தையில் சுற்றுவதையே வாடிக்கையாக கொண்டிருந்தார்.

கோவிந்தப்ப நாயக்கரோட தம்பி நடத்திய லாரி டிரான்ஸ்போர்ட்ல கிளினர் வேலை பார்த்த கில்கா, மணலில நடந்த ஒரு சண்டையில டிரைவர கத்தியால குத்தி கொன்னுபோட, அந்த பஞ்சாயத்து கோவிந்தப்ப நாயக்கர் கிட்ட வந்தது. டிரைவர் மேல தப்புனு தெரிஞ்ச அவர், கில்கா மீண்டும் மணலிக்கு போனா, சரிவராதுனு தன்கூடவே வச்சுகிட்டார். அவன் அவர் கூடவே இருந்தாலும் தன் பேரில் நாலு லாரி வாங்கி ஓட்ட வேண்டும் என்ற அடங்காத ஆசையில் இருந்தான். அப்போதா கொருக்குப்பேட்டையில வந்து செட்டிலான விருதுநகரைச் சேர்ந்த அண்ணன் தம்பிங்க ரெண்டு பேர், ஹார்பர்ல லோடு ஏத்துற சான்ஸ் இருக்கானு பார்க்க வந்தாங்க. அவங்க கிட்ட, ஐம்பதுக்கும் மேல லாரி இருந்துச்சு. ஆனா, எல்லாமே பெட்ரோல் லோடு அடிக்கிற லாரிங்க. நிலக்கரியை ஹார்பர்ல இருந்து கொண்டு போற காண்டிராக்ட் கெடச்சா நல்லா இருக்கும்னு கோவிந்தப்ப நாயக்கரை பார்க்க, தன் மருமகனுக்கு அந்த காண்டிராக்ட் கிடைக்கும்படி செஞ்சிட்டார். இதனால அவங்க இவர் மேல கறுவிக்கிட்டு இருந்தாங்க.

அடுத்தடுத்து அவரோட சிஷ்யப்பிள்ளைகள் ரெண்டு பேர் போலீஸ்ல என்கவுண்டர் செய்யப்பட வாழ்க்கையில் முதல்முறையா அமைதியா ஆனார் கோவிந்தப்ப நாயக்கர். அதுவரை ஏலத்தில் கலந்துகொள்ளாத வடமாநில கம்பெனிகள் எல்லாம், மெல்ல மெல்ல ஹார்பர்ல மூக்கை நுழைச்சாங்க. கூட இருந்தவர்கள் எல்லாருக்கும் ஏதோ ஒன்று செய்துவிட்ட திருப்தியில் கோவிந்தப்ப நாயக்கரும் தன் மருமகன் எல்லா வற்றையும் பார்த்துக்கொள்வான் என்ற சிந்தனைக்கு வந்து நிற்க ஆரம்பித்தார். ஆனால் எதிரில் கடைசியாக நின்று கொண்டிருந்தான் கில்கா. மருமகனிடம் செய்யச் சொல்வதாக வாக்களித்தார் கோவிந்தப்ப நாயக்கர். ரெண்டு கொலை வழக்கு வேறு கில்காவை விடாமல் துரத்திக் கொண்டிருந்தது. மறுபுறம் கோவிந்தப்ப நாயக்கரின் மருமகனும் அலைக்கழித்துக் கொண்டிருந்தான்.

ஹார்பருக்குள் யார் வேண்டுமானாலும் வரலாம். ஆனால் கத்தியை எடுத்து வர கோவிந்தப்ப நாயக்கருக்கும், அவர் கூட்டாளிகளையும் தவிர யாருக்கும் அனுமதி கிடையாது. சட்டப்பூர்வமாக ஆயுதங்கள் புழங்க தடைவிதிக்கப்பட்ட இடம்தான் ஹார்பர். ஆனால் அங்கு சட்டத்தை எழுதுவது கோவிந்தப்ப நாயக்கர்தான். அதேபோல அன்றும் சிகரெட் பிடித்தபடி, மெதுவாக வாயில் சினிமா பாட்டை முணுமுணுத்தபடி தனக்கு பிடித்தமான கடற்கரை கப்பல் கட்டும் கருங்கல் தூண் அருகே நின்றார். “நான் ஆட்டோக்காரன், ஆட்டோக்காரன்,

நாலும் தெரிஞ்ச ரூட்டுக்காரன்" என்று பாடிய கோவிந்தப்ப நாயக்கர், அருகில் நின்றுகொண்டிருந்த கில்காவை பார்த்து "அப்போ எம்ஜிஆர் ரிக்ஷாக்காரங்களை குறிவைச்சு பாடினாரு, நடிச்சாரு. ஏன்னா அவங்க தான், எல்லா மட்ட ஆட்கள் கூட பழகுற அடிமட்ட ஆட்கள். அவங்க மூலமாக எல்லோரையும் போய் சேர்ந்துடலாம். அந்த ரூட்ட ரஜினி நல்லா புடிச்சுட்டார்ல. பாரேன் ஒருநாள் ரஜினி, எம்ஜிஆரைப் போல அரசியலுக்கு வருவான்" என்று மீண்டும் பாட்டை பலமாக பாடினார்.

அப்போது கண்டெய்னர்க்கு பக்கத்துல இருந்து ரெண்டு பேரு மெதுவா கோவிந்தப்ப நாயக்கர பார்த்து வந்தாங்க. பாக்க வடமாநில ஆளுங்க மாதிரி இருந்தாங்க. யாருப்பா என்ன வேணும் என்று கேட்டார். வந்தவங்க சட்டென்று கில்காவை பாய்ந்து அடிக்கப் பாய, பதிலுக்கு கில்காவும் அடிக்க கோவிந்தப்ப நாயக்கர் ஒருவனை இடுப்பில் எட்டி உதைத்தார். அவன் இடுப்பை பிடித்தபடி நாயக்கரை காலை வாரிவிட கையில் இருந்த சிகரெட் சற்று தள்ளி விழுந்தது. கோவிந்தப்ப நாயக்கர் கீழே விழுவதை பார்த்த கில்கா, கோபம் அடைந்து சட்டைக்குள் மறைத்து வைத்திருந்த பட்டா கத்தியை எடுத்து பாய ஆரம்பித்தான். வந்தவன் லாவகமாக கில்காவை தடுக்கி விழச் செய்து அந்த கத்தியை எடுத்து கோவிந்தப்ப நாயக்கரின் கழுத்தில் ஒரே வெட்டு. விலுக்கென்று ரத்தம் பீறிட்டு வர, இடது கையால் கழுத்தை பிடித்தபடி தூணோரம் சாய, மீண்டும் அதே இடத்தில் மற்றொரு வெட்டு. கையில் இருந்த மூன்று விரல்கள் எகிறிப் போய் விழ, தோள் எலும்பு வெளியே தெரிய ஆரம்பித்து விட்டது. பலமாக இன்னொருமுறை வெட்டவும், தலை கீழே சரியவும் காதோரம் கத்தி பட்டு ணங் என்று சத்தம் கேட்டது. இந்த கால் தான இந்த இடத்தை ஆட்டிப் படைச்சது என்று கெண்டைக்காலில் ஒரே வெட்டு. சில நொடிகளுக்குள் எல்லாம் முடிந்துவிட்டது. சத்தமே இல்லை. அலைகள் அமைதியாக கருங்கல் சுவரில் மோதின. சில சரக்கு கப்பல்கள் தூரத்தில் நின்றுகொண்டிருந்தன.

அந்த இருவரும் பொறுமையாக கத்தியை கில்காவிடம் கொடுத்துவிட்டு வந்தவழியே கண்டெய்னர்களின் சந்துகளுக்குள் புகுந்து மறைந்தனர். கில்காவும் முதல் கேட் வழியாக இல்லாமல பாலத்தின் அடியில் காத்துக்கொண்டிருந்த கன்னியப்பன் ஆட்டோவில் ஏறி கொருக்குப்பேட்டைக்கு வண்டியை விடச் சொன்னான். சிறிது நேரத்தில் தென்காசி அல்வாவோடு பெரிய பை ஒன்றை கையில் பிடித்தபடி கில்கா மீண்டும் ஆட்டோவுக்குள் ஏற, வண்டி அங்காள பரமேஸ்வரி கோயில் நோக்கி பறந்தது. சந்தில் திரும்பிய நொடி, கன்னியப்பன்

ஆட்டோவை நிறுத்தி மறைத்து வைத்திருந்த கத்தியை எடுத்து கில்காவின் கழுத்தில் ஒரே போடு போட்டான். கில்காவுக்கு கண்கள் சொருக ஆரம்பித்தது. வண்டி மெதுவாக கன்னியப்பன் வீடு அருகே நின்றது. தெத்தியப்பனும் பெத்தாண்டவனும் கில்காவை லாவகமாக பிடித்த பின்புறம் கொண்டு சென்றனர்.

காலையில் இதே இடத்தில் வைத்து கில்கா கூறிய வார்த்தைகள் கன்னியப்பனின் காதுக்குள் ஒலிக்க ஆரம்பித்தன. “மச்சான், இனியும் காத்திட்டு இருக்க முடியாதுடா, நாம பொழைக்க யாரோ ஒருத்தர பலிகொடுத்துதாண்டா ஆகணும்., அந்த ஒருத்தர் யார் என்பதுல தாண்டா நம்ம எதிர்காலம் இருக்கு ...”

●

ராஜாதி ராஜா

“எங்கிட்ட மோதாதே நான் ராஜாதிராஜனடா, வம்புக்கு இழுக்காதே நான் வீராதி வீரனடா. ஒரு தப்பாட்டம் என்கிட்ட ஆடாதே, அப்புறமா குட்டுப்பட்டு ஓடாதே...” ரஜினி நடித்த ராஜாதிராஜா படத்தின் பாடல் மிகப் பலமாக ஒலித்துக் கொண்டிருந்தது. இது வழக்கமான ஒன்றுதான். வீட்டு வரவேற்பறை சுவரில் மாட்டப்பட்டிருந்த அகன்ற திரையில் அந்தப் பாடல் ஒலித்துக்கொண்டிருப்பதும், குறிப்பிட்ட இடத்தில் பாடல் நிற்பதும், மீண்டும் முதலிலிருந்து ஒலிக்கத் தொடங்கி அதே இடத்தில் வந்து நிற்பதும் எப்போதும் நடக்கும். கண்களில் நீர்கோர்த்தபடி கையில் ரிமோட்டுடன் திரையை பார்த்துக்கொண்டிருந்தாள் சரளா. எப்படியும் ஐம்பதைத் தொடுகிற வயது இருக்கும் சரளாவுக்கு.

புதுவண்ணாரப்பேட்டை எழில்நகரில் எல்லா வசதிகளுடனும் கூடிய வீட்டில் அவர்கள் தற்போது வசித்துவருகின்றனர். ஆனால் முப்பது ஆண்டுகளுக்கு முன்னால் சரளா இருந்தது நாகூரார் தோட்டத்தில், சிறிய ஓலைக்குடிசை வீட்டில். குடிப்பழக்கத்துக்கு அடிமையான அப்பா தவறிவிட, அம்மா கருவாடு காயவைத்து அதில் வரக்கூடிய வருமானத்தில் குடும்பத்தைக் காப்பாற்றப் போராடிக் கொண்டிருந்தாள். அண்ணன் கன்னியப்பன்

தலையெடுத்த பிறகுதான் வீட்டில் நல்ல சாப்பாடே சாப்பிட முடிந்தது. நன்றாகப் படிப்பு வந்தும் தொடர்ந்து படிக்க இயலாத சூழ்நிலையில் கடல் தொழிலுக்குள் இறங்கினான் கன்னியப்பன். கட்டுமரத்தில் மீன்பிடிக்கச் செல்பவர்களுடன் முதலில் உதவியாளாகப் போகத் தொடங்கி விரைவிலேயே நல்ல வேலையாளாக உருவெடுக்க, கன்னியப்பனைத் தங்கள் கட்டுமரத்திற்கு அழைக்க ஆரம்பித்தனர் முதலாளிகள்.

எக்காரணம் கொண்டும் மதுவைத் தொடக்கூடாது, சிகரெட் பிடிக்கக் கூடாது அப்பாவைப் போல் ஆகிவிடக் கூடாது என்பது கன்னியப்பனின் திடமான எண்ணம். அதனாலேயே கடலுக்குச் சென்று வந்த நேரம் போக கடற்கரையில் கால்பந்து விளையாட்டில் தன்னை ஈடுபடுத்திக்கொண்டான். கன்னியப்பனின் கால்களுக்குள் பந்து சிக்கிக்கொண்டால் அவனிடமிருந்து அதனைத் தட்டிப்பறிக்கவே முடியாது. இரண்டு கால்களைச் சுழற்றிச் சுழற்றி, உடலை மீன்போல் வளைத்து எதிரணி வீரர்களை ஏமாற்றி கோல்போட்டுவிடுவான். இத்தனைக்கும் ஷூ கூட கிடையாது, வெறும் காலில் விளையாடுவான். கோல் போட்டுவிட்டால் வேகமாக ஓடிவந்து கைகளைத் தரையில் ஊன்றாமல் அந்தரத்தில் சுழன்று இரண்டு முறை தாவி ஒரு பல்டி அடிப்பான். ஆட்டத்தைப் பார்த்துக்கொண்டிருக்கும் சிறுவர்களின் உய்ய்ய்ய் என்ற விசில் சத்தம் காதைப் பிளக்கும்.

ஒருபுறம் கால்பந்து போட்டிகள் நடக்க, சற்றுத்தள்ளிக் கடற்கரை மணலில் பெரிய பெரிய லாரி டயர்களை உருட்டி வந்து வைத்து பல்டி அடிக்கும் பயிற்சிகள் நடக்கும். அப்போது தமிழ் சினிமாவில் ஸ்டண்ட் மாஸ்டராக வளர்ந்துகொண்டிருந்த சூப்பர் சுப்பராயன், தன் குழுவைச் சேர்ந்த இளைஞர்களுக்கு கடற்கரை மணலில் வைத்துதான் பயிற்சி அளிப்பார். ஓடிவந்து லாரி டயரின் மீது ஒருகாலை வைத்து எகிறி தலைகீழாக பல்டி அடித்து இறங்க வேண்டும். ஒருவன் அடிக்க, மற்றொருவன் பத்து அடி தள்ளிப் போய்த் தலைகுப்புற விழுவது போல் விழ வேண்டும், உயரமான இடத்திலிருந்து குதிக்கும்போது எப்படி விழ வேண்டும், உடலின் எந்தப் பகுதி தரையில் படவேண்டும் என பல பயிற்சிகளை அவர் தந்துகொண்டிருப்பார்.

ஒருமுறை கால்பந்து போட்டிகள் முடிந்து திரும்பி வந்துகொண்டிருந்த கன்னியப்பன், இந்த சண்டைப் பயிற்சிகளை நின்று வேடிக்கை பார்த்தான். மாஸ்டர் சூப்பர் சுப்பராயன் ஒரு ஸ்டூலில் அமர்ந்துகொண்டு, ஒவ்வொருவரையும் வரிசையாக நிற்கச்சொல்லி ஒன்றின்மேல் ஒன்றாக அடுக்கப்பட்ட இரண்டு லாரி டயர்களின் மீது கால் வைத்து பல்டி அடிக்க சொன்னார்.

ஒன்றின்மீது ஏறி பல்டி அடிப்பதே சற்று சிரமம், இரண்டு டயர்கள் மீது கால்வைத்து எகிறிய பின்னர் இன்னும் உயரம் சென்று தலைகீழாக பல்டி அடிப்பது என்றால் அது எல்லாராலும் முடியாது. வரிசையில் நின்றுகொண்டிருந்தவர்கள் ஒவ்வொருவராக முயற்சி செய்ய, பெரும்பாலும் அது தோல்வியில் முடிந்தது. அவர்கள் அருகில் நின்று வேடிக்கைப்பார்த்துக்கொண்டிருந்த கன்னியப்பன் சடாரென்று ஓடிவந்து அட்டகாசமாக பல்டி அடித்து சிறு தள்ளாட்டம் கூட இன்றித் தரையில் காலூன்றி இரண்டு கைகளையும் சண்டைக்குத் தயார் ஆவது போல் வைத்துக்கொண்டு புருஸ்லீ போல நின்றான்.

இதனைப் பார்த்த மாஸ்டர், "அட்ரா சக்க, செம்ம, அடிச்சான் பாரு பல்டி, செம்ம, செம்ம" என்று கைதட்டியபடியே அருகில் வந்தார். கன்னியப்பனைப் பார்த்து , "யார்பா நீ? நம்ம டீம் இல்லியே?" என்று குழம்பினார். மாஸ்டரின் காலைத் தொட்டுக் கும்பிட்ட கன்னியப்பன், "அண்ணே நா இங்கதா நாகூரார் தோட்டத்துல இருக்கண்ணே, தொழிலுக்கு கடலுக்கு போவேன், போகசொல்லோ வரசொல்லோ, உங்கள பார்ப்பண்ணே, நீங்க இங்க சொல்லிக்கொடுத்த பல்டிய பார்த்துதாண்ணே நான் கோல் போட்டதும் பல்டி போட கத்துக்கிட்டேன்" என்று கைகளைக் கட்டியபடி அவர் முன் நின்றான். "நல்லா பண்ற, நல்ல பினிஷிங் இருந்தது உன் டைவ்ல, பிசிறில்லாம லேண்ட் ஆகி நின்ன. சூப்பர், சூப்பர்" என்று தோளில் தட்டினார். மீண்டும் அவர் கால்களைத் தொட்டு வணங்கிய கன்னியப்பன், "உங்ககிட்ட வேலைக்கு சேர்ந்துக்கவாணே" என்று கேட்டான். ஒருகணம் யோசித்த மாஸ்டர், "இப்போவே ஜாயின் பண்ணிக்க" என்றார். அன்று முதல் சூப்பர் சுப்பராயன் மாஸ்டரின் சண்டைக் குழுவில் ஒருவனானான் கன்னியப்பன்.

ஆரம்பத்தில் சிலமாதங்கள் எடுபிடி வேலைகளே கன்னியப்பனுக்குக் கிடைத்தன. படப்பிடிப்பின்போது எந்தெந்த பொருட்கள் எங்கெங்கு இருக்க வேண்டுமோ அங்கங்கு வைப்பது, உடைபட வேண்டிய பாட்டில்களை அடுக்குவது, உயரத்தில் ஏறிக் கயிறு கட்டுவது, யார் எங்கு எப்படி போய் விழ வேண்டும் என்பதற்கு மாதிரியாக விழச் சொல்லிக்காட்டுவது, படப்பிடிப்பு முடிந்த பின்னர் ஸ்டண்ட் கலைஞர்களின் பொருட்களை மறக்காமல் எடுத்து வந்து வண்டியில் வைப்பது என்று அடிமட்ட வேலைகளைச் செய்தான். தியாகராஜன் நடித்த 'கொம்பேறி மூக்கன்' படத்தின் சண்டைக்காட்சி ஒன்று கல்குவாரியில் நடைபெற்றது. அதில் சரளைக்கற்களும் மண்ணும் நிரம்பிய மேடான பகுதியிலிருந்து நூறடிக்கு உருள்வது போன்ற காட்சி

படமாக்கப்பட்டது. நல்ல வெய்யில்காலம். ஸ்டண்ட் கலைஞர்கள் சிலர் தயங்கித் தயங்கி நடித்ததால் அந்தக் காட்சி எதிர்பார்த்த அளவு மாஸ்டருக்கு வரவில்லை. உடனே கன்னியப்பனை அழைத்த மாஸ்டர், "கன்னியப்பா போய் மேலே இருந்து பல்டி அடித்தபடி உருண்டு வா" என்றார். சொன்ன மறுநிமிடமே போய் நின்றான். நடிகர் தியாகராஜன் அடிப்பது போல் பாவனை காட்ட, அடிபட்டது போல் பறந்து துள்ளி விழுந்து சரளைமண் புழுதி பறக்கப் புரண்டு மிகச்சரியாக கேமராவின் ப்ரேம் எதுவரை போகஸ் செய்யப்பட்டிருந்ததோ அதுவரை துல்லியமாக வந்து விழுந்தான்.

எழுந்து நின்று கைதட்டிய மாஸ்டர், "பலே பலே, அருமையா பண்ண கன்னியப்பா" என்று சொன்னதோடு வேறுவேறு உடைகளை அணிந்தும் உருளச் சொன்னார். ஒவ்வொரு முறையும் அலுப்பு தட்டாமல் நூல்பிடித்தாற்போல் எங்கு விழ வேண்டும், எங்கு எழ வேண்டும் என கச்சிதமாகச் செய்து முடித்தான். கன்னியப்பனின் தோளைத் தட்டிய மாஸ்டர், பாக்கெட்டில் இருந்து நூறுரூபாய் எடுத்து அவனுக்குக் கொடுத்தார். அதனை வாங்கிக் கண்களில் ஒற்றிக்கொண்டு காலில் விழுந்து ஆசிபெற்றான் கன்னியப்பன். "போய் பொட்டிய ரெடி பண்ணிக்க, நாம டார்ஜிலிங் போறோம் அடுத்த வாரம், கமல்ஹாசன் படம்" என்று சொல்லிவிட்டுச் சென்றார். முதல்முறையாக வெளியூர் பயணம், அதுவும் எங்கேயோ உள்ள டார்ஜிலிங்கிற்கு. அந்தப் பெயரைக் கூட கன்னியப்பன் கேள்விப்பட்டத்தில்லை. கமலஹாசன் நடித்த 'எனக்குள் ஒருவன்' திரைப்படத்திற்காக ஒரே ரயிலில் படக்குழுவினருடன் சென்றான். கமல், ஷோபனா, சார்லி என்று பெரிய பெரிய நடிகர்களுடன் ஒரே ரயிலில் அமர்ந்து சென்றதை கன்னியப்பனால் நம்பவே முடியவில்லை. அதிலும் டார்ஜிலிங்கில் எடுத்த சண்டைக்காட்சி ஒன்றில் ஐந்தடி உயர உருளைமீது கமல் நின்றுகொள்ள அந்த உருளை தரையில் படுத்திருக்கும் கன்னியப்பன் மீது ஏறி இறங்க வேண்டும். அந்தக் காட்சியின் ஒவ்வொரு டேக்கின் போதும் கன்னியப்பன் உருளைக்கு அடியில் படுத்துப் படுத்து எழுந்தான். அந்த சண்டைக்காட்சி முடிந்ததும், படப்பிடிப்பில் இருந்த எல்லோருமே கன்னியப்பனைப் பாராட்டினர். ஊருக்கு திரும்பிய கன்னியப்பன், என்னென்னவோ பொருட்களை வாங்கி வந்தான்.

கன்னியப்பன் சினிமாவில் சேர்ந்தபிறகு, விட்டுப்போன சொந்தங்கள் ஒவ்வொருவராக வர ஆரம்பித்தனர். அவர்களிடம் எந்த மனபேதமும் அவன் காட்டியதில்லை. முதலிரண்டு வருடங்கள் கிடைத்த பணத்தைச் சிறுகசிறுகச் சேமித்துப்

புதுவண்ணாரப்பேட்டையில் இரண்டு கிரவுண்டு இடம் வாங்கிப் போட்டான். அப்புறம் தாய்மாமனுக்கு மளிகைக் கடை, சித்தப்பாவுக்கு சில்வர் பட்டறை, அத்தை மகள் கல்யாணத்திற்குச் சீர்வரிசை என எல்லாருக்கும் என்னவெல்லாம் செய்யமுடியுமோ அவற்றைச் செய்து தந்தான். ஒட்டுமொத்த குடும்பத்தின் வேராக கன்னியப்பன் நிற்க, அவன் நிழலில் எல்லாரும் இளைப்பாறினர்.

அந்தநேரம்தான் சரளா காதல்வயப்பட்டாள். அதே பகுதியைச் சேர்ந்த சேகருடன் பேசுவதும் பழகுவதும் மெல்ல மெல்ல எல்லாருக்கும் தெரிய ஆரம்பித்தது. கன்னியப்பன் காதிலும் அது விழுந்தது. ஒருநாள் சேகரை அழைத்துப் பேசிப் பார்த்தான் கன்னியப்பன். "சரியான வேலை இல்லை, படிப்பு இல்லை. அவனை எப்படிம்மா உனக்குக் கட்டி வைப்பது" என்று சரளாவிடம் கேட்டான் கன்னியப்பன். அதிகாலை நேரத்தில் ஓதப்படும் பள்ளிவாசலின் பாங்கொலி போல, நிதானமாகத் தன் காதலில் உறுதியாக நின்றாள் சரளா. அவள் பிடிவாதம் வெல்ல, சரளாவை சேகருக்கே கட்டி வைத்தான் கன்னியப்பன். சொந்தமாகத் தொழில் ஏதாவது ஆரம்பித்துத் தரவா என்று சேகரிடம் கன்னியப்பன் கேட்க, தனக்கு சினிமாவில் நடிக்க வேண்டும் என்று கூறினான் சேகர். "நானே உசுருக்கு உத்தரவாதம் இல்லாம, டெய்லி டெய்லி செத்து பொழைக்கிறேன் அந்த தொழில் உனக்கு வேணாம்பா" என்று கன்னியப்பன் மறுத்துவிட்டான். ஒருவாரகாலம் மனைவியிடம் கூட பேசாமல் மௌனப்போராட்டம் நடத்தினான் சேகர். சரளாவும் கணவனுக்காக அண்ணனிடம் பேச்சுவார்த்தை நடத்த, வேறுவழியின்றித் தன்னுடன் சண்டைப் பயிற்சிக்கு அழைத்துச் சென்று சினிமாவுக்குள் கால்பதிக்கச் செய்தான். முறையான பயிற்சிகளோ, அதற்கு முன்னர் இத்தகைய வேலைகளோ செய்யாததால் ஆரம்பத்தில் அதிகம் தடுமாறினான் சேகர்.

பெரும்பாலான ஸ்டண்ட் மாஸ்டர்கள் ரிஸ்க்கான சண்டைக் காட்சிகளுக்கு கன்னியப்பனை அழைக்க ஆரம்பித்தனர். கண்ணாடி ஜன்னல்களை உடைத்துக்கொண்டு விழுவது, உடலில் நெருப்பைப் பற்றவைத்துக்கொண்டு ஓடுவது, மாடியிலிருந்து கீழே குதிப்பது, கயிறு கட்டிக்கொண்டு தலைகீழாகத் தொங்குவது போன்ற சண்டைக்காட்சிகள் எடுக்கப்பட்டால் அங்கு நிச்சயம் கன்னியப்பன் இருப்பான். இதனாலேயே படப்பிடிப்பின்போதும், இடைவேளையின்போதும் கன்னியப்பனுக்கு ராஜமரியாதை. கம்பெனியின் ப்ரொடக்ஷன் சாப்பாட்டில் கூட அவனுக்குப் பார்த்துப் பார்த்து எடுத்து வைப்பார்கள். "ஓடியாடி வேலை செய்ற புள்ள, நல்லா சாப்பிடுப்பா" என்று பரிமாறுபவர்கள்

பரிவுடன் கூற, எடுபிடிகள் அவனின் இரண்டு கைகளையும் முதுகையும் தடவித் தடவிப் பார்ப்பார்கள். அந்தச் சமயங்களில் எட்ட நின்று பார்த்துக்கொண்டிருப்பான் சேகர்.

விஜயகாந்த் நடித்த 'உழவன் மகன்' படத்தின் சண்டைக்காட்சி பொள்ளாச்சி பக்கத்தில் படமாக்கப்பட்டது. சேறு நிரம்பிய வயல்வெளியில் விஜயகாந்த் நிற்க, பண்ணையாரின் அடியாட்கள் அவரிடம் அடிபட்டு சுருண்டு விழுவது போல் காட்சிகள் எடுக்கப்பட வேண்டும். கன்னியப்பனுடன் சென்றிருந்தான் சேகர். சில மாதங்களாக எடுபிடி வேலைகள் மட்டுமே செய்கிறானே என்று மாஸ்டரிடம் கேட்டு அடிபட்டு விழும் 10 பேரில் ஒருவனாக சேகரைச் சேர்த்துவிட்டான் கன்னியப்பன். விஜயகாந்த் சுழன்று சுழன்று அடிக்க ஒவ்வொருவரும் ஒவ்வொரு திசையில் சென்று விழ, சேகர் முறை வரும்போது சேற்றில் நிலைதடுமாறி நிற்க முடியாமல் விழுந்தான். அதனால் அந்த டேக் சரியில்லாமல் போக, மீண்டும் ஒருமுறை சேகர் சொதப்ப அதுவும் சரியில்லாமல் போனது. உச்ச நட்சத்திரத்தைச் சேற்றில் நீண்டநேரம் நிற்க வைக்க முடியாததால், கடைசி டேக்கில் சேகருக்கு வாய்ப்பு தர மறுத்துவிட்டார் மாஸ்டர். வழக்கம்போல் கன்னியப்பன் பறந்து பறந்து விழுந்தான். படப்பிடிப்பு முடிந்ததும் எல்லாரும் கிளம்பிவிட, சண்டைக் காட்சியின்போது பயன்படுத்தப்பட்ட பொருட்களைத் தனியாளாகக் கண்களில் நீர்கோக்க எடுத்துவைத்தான் சேகர்.

ஊருக்குத் திரும்பியதும், "நான்தான் சொன்னேன்ல சேகரு உனக்கு இது செட் ஆகாது, வேற ஏதாச்சும் தொழில் வச்சுத் தர்றேன், அத பாத்துக்க" என்று கூறினான் கன்னியப்பன். ஆத்திரம் கண்ணை மறைக்க, "நீ பெரிய புடுங்கி, என்னால முடியாதா" என்று எகிறிவந்து கன்னியப்பனின் சட்டையைக் கொத்தாகப் பிடித்தான் சேகர். புருவத்தை உயர்த்தி, தலையைக் குனிந்து சேகரைப் பார்த்தான் கன்னியப்பன். இதனைப் பார்த்து பாய்ந்துவந்த நிறைமாத கர்ப்பிணியான சரளா, சேகரின் கையைத் தட்டிவிட்டு "யார்மேல கைய வைக்கிற, எங்கண்ணன அடிப்பியா, சீ நீயெல்லாம் ஒரு மனுஷனா, என்னை உனக்கு கட்டிவைச்சு, கூடவே வேலைக்கும் இட்டுன்னு போனா, அத செய்ய துப்பில்லாம அவர் சட்டையை புடிப்பியா? மரியாதை கெட்டுறும்" என்று சீறினாள். "ஷூட்டிங்ல நடக்குறதலா மனசுல வச்சுக்கிட்டு குழப்பிக்காத சேகரு, நீ நல்லா ப்ராக்டிஸ் பண்ணு, தானா வரும்" என்று சொல்லிவிட்டு அமைதியாக வெளியேறினான் கன்னியப்பன்.

இதற்கிடையில் ஏற்கெனவே வாங்கிப்போட்டிருந்த நிலத்தில் பெரிய வீடு ஒன்றைக் கட்டினான் கன்னியப்பன். தங்கையைத் தனியே விடாமல் அந்த வீட்டிலேயே தங்கவைத்துக்கொண்டான். ஒரே வீட்டில் இருந்தாலும் கன்னியப்பனும் சேகரும் சரிவரப் பேசிக்கொள்ளாமல் போயினர். ஆனாலும் கன்னியப்பன் கூடவே படப்பிடிப்புக்குச் செல்வதும் வருவதும் என்று நிழல் போல இருந்தான் சேகர். படப்பிடிப்புத் தளங்களில் எல்லாருக்கும் வாய்ப்பு வழங்கப்பட்டாலும் சேகருக்கு ஏதாவது கொடுக்க மாஸ்டர் தயங்கினார். அதிலும் கன்னியப்பன் இருந்தால், அவனை அழைப்பார்களே தவிர, சேகரை ஏறிட்டும் பார்க்க மாட்டார்கள். இதனால் கன்னியப்பனிடம் மேலும் இறுகிப் போனான் சேகர்.

இந்தச் சூழ்நிலையில் இரட்டைக் குழந்தைகளைப் பெற்றெடுத்தாள் சரளா. மருமகன்களுக்காக ஆளுக்கு இரண்டு பவுனில் தங்கச்சங்கிலி வாங்கிவந்து குழந்தைகளுக்குப் போட்டு அழகுபார்த்தான். கட்டிலில் சரளா படுத்திருக்க, தரையில் அமர்ந்து அவள் நெற்றியில் கைவைத்துத் துணிப்பொதியைப் போல் சுருண்டுகிடக்கும் குழந்தைகளை உற்றுப் பார்த்தான். "உங்க எல்லாருக்கும் ஒருவழி பண்ணிட்டேன்மா, என் கடமையை நான் செஞ்சிட்டேன்னு நெனக்கிறேன்" என்று பெருமூச்சு விட்டான். "நீதா இன்னும் கல்யாணம் பண்ணிக்காமயே இருக்க, அம்மாவும் எவ்ளோ சொல்லி பாத்துடுச்சு கேக்க மாட்ற; இனியும் நீ பல்டி அடிக்க வேணாம்னா, மாஸ்டரா ஆகு, கல்யாணம் பண்ணிக்கோ" என்று அண்ணனின் கன்னத்தில் தடவியபடிப் பேசினாள் சரளா. "குழந்தை பெத்ததும் பெரிய மனுஷி ஆய்ட்ட, எனக்கே அட்வைஸ் பண்ற, அம்மா மாதிரி" என்று சிரித்தபடியே குனிந்து அவள் நெற்றியில் முத்தமிட்டான். அப்போது கதவு தடாலெனச் சுவரில் அறைபடும் சத்தம் கேட்டது. தூங்கிக் கொண்டிருந்த குழந்தைகளின் உடல் ஒருகணம் தூக்கிவாரிப் போட்டது.

திரும்பிப் பார்த்தான் கன்னியப்பன். அங்கு மதுபோதையில் சிறிது தள்ளாட்டத்துடன் நின்றிருந்தான் சேகர். "என்னா நடக்குது இங்க, அப்படியென்ன கன்னத்தோட கன்னம் வச்சி ரகசியம் பேச வேண்டிக் கெடக்கு, நா வந்தது கூட தெரியாம, குசுகுசுனு பேசிக்கிறீங்க? நான் வந்ததை எதிர்பார்க்கலயா? ஷூட்டிங்லயும் நான் வேடிக்கை பாக்கணும், இங்கயும் வேடிக்கை பாக்கணுமா?" என்று எள்ளலோடு கேட்டான் சேகர். விலுக்கென்று எழுந்த கன்னியப்பன், சேகரின் கன்னத்தில் ஓங்கி

ஒரு அறைவிட்டான். “வெட்டிப் போட்டுருவேன், யார்கிட்ட என்ன பேசுற, தரங்கெட்டவனே? உனக்குப் போயி என் தங்கச்சிய கட்டி வச்சேன் பாரு” என்று மேலும் ஆத்திரத்தோடு கீழே விழுந்து கிடந்தவனின் நெஞ்சுக்கு நேராகக் காலைத் தூக்கினான் கன்னியப்பன். உதட்டில் ரத்தம் வழிந்த நிலையில் இரண்டு கைகளையும் கூப்பிக் குனிந்துகொண்டான் சேகர். “ஐயோ ஏய்யா உனக்கு புத்தி இப்பிடி போகுது, தங்கச்சியாண்ட அண்ணங்காரன் கொஞ்சக் கூடாதாயா? என்ன வார்த்த சொல்லிட்ட, சாவுற வரை முள்ளா குத்துமே?” என்று படுக்கையில் சாய்ந்தபடியே புலம்பினாள் சரளா. எதுவும் பேசிக்கொள்ளாமல் வெளியேறினான் கன்னியப்பன். இரண்டு நாட்களுக்கு அவன் வீடு திரும்பவில்லை.

மூன்றாம்நாள் வீடு திரும்பிய கன்னியப்பனின் காலில் போய் விழுந்தான் சேகர். “என்ன மன்னிச்சிடு கன்னியப்பா! குடிச்சிட்டு ஏதோ தெரியாம பேசிட்டேன்” என்று கதறினான். “மனசுல இருக்குறதுதா வார்த்தையா வரும்” என்று சொல்லிக் காலை உதறிவிட்டுப் படப்பிடிப்புக்குக் கோவைக்குக் கிளம்பினான் கன்னியப்பன். எதுவும் பேசாமல் சேகரும் பின்னால் சென்றான். ரஜினிகாந்த் நடித்த ‘ராஜாதிராஜா’ படத்தின் எங்கிட்ட மோதாதே படத்தின் பாடல்காட்சி அது. அதுவரை கோழையாக இருந்த ரஜினி திடீரென வீரம் வந்து குண்டர்களைப் பந்தாடுவது போன்று பாடலுக்கு முன்பாக ஒரு சிறியகாட்சி. அதில் ரஜினி ஒருவரின் வயிற்றில் குத்த, பின்னால் டைவ் அடித்தபடி போய் விழவேண்டும். அதற்குப்பிறகு அடிபட்ட குண்டர்கள் கைகளை பின்னால் கட்டியபடி அடிமைகள் போல் ரஜினிக்குப் பின்னால் பாடல் முழுவதும் நிற்க வேண்டும்.

அந்த காட்சி எடுக்கப்படும்போது மாஸ்டரிடம் சென்றக் கன்னியப்பன், “மாஸ்டர் சேகருக்கு இதுல வாய்ப்பு தாங்க மாஸ்டர்” என்று கேட்டான். “கன்னியப்பா இது ரஜினி சார் படம் தப்பு வரக்கூடாது; அடுத்த படத்துல இல்லனா ரஜினிசார் சீன் இல்லாத சீக்வென்ஸ்ல யூஸ் பண்ணிக்கலாம்” என்று சொன்னார். “இந்த ஷாட்லதான் ரஜினி சார் இல்லையே, நாமதானே டைவ் பண்ணப் போறோம், இப்போ ட்ரை பண்ணலாம் மாஸ்டர்” என்று கேட்டான். “ஏண்டா அடம்புடிக்கிற, பர்ஸ்ட் நீ பண்ணு, தேவைப்பட்டா அவனை யூஸ் பண்ணிக்கலாம்” என்று சொன்னார். “நான் இல்லனா கூட அவனை நீங்கதான் மாஸ்டர் பாத்துக்கணும், வளர்த்து விடணும்” என்று சொன்னான். “டேய் லூசு மாதிரி பேசுற, போடா, ஷாட் ரெடியாய்டுச்சு பாரு” என்று விரட்டினார்.

கோயில் மண்டப தூணுக்கு எதிரே சேர்ந்தாற்போல் பத்து முறை பின்னால் டைவ் அடித்தபடிப் போய் நிற்க வேண்டும், இதுதான் ஷாட். க்ளாப்போர்ட் தட்டப்பட்டதும் ஒருகணம் கூட்டத்தில் நின்றிருந்த சேகரைப் பார்த்த கன்னியப்பன், பல்டி அடிக்க ஆரம்பித்தான். ஒன்பது முறை சரியாகப் பல்டியடித்த கன்னியப்பன் பத்தாவது முறை ஊன்ற வேண்டிய இடத்தில் கையை ஊன்றாமல் அமைதியாகக் கழுத்தை மண்ணுக்கு கொடுத்தான். மொளுக் என்ற சத்தத்துடன் கழுத்து எலும்பு உடைந்தது. உடல் வானத்தைப் பார்க்க, கழுத்து ஒருபக்கமாகத் திரும்பி வேறுதிசையில் இருந்தது. கன்னியப்பனிடம் எந்தச் சலனமும் இல்லை.

ஷூட்டிங்கிலிருந்த அனைவரும் ஒருகணம் நடந்தது புரியாமல் திகைத்து நின்று பின்னர் சுதாரித்து எழுந்து ஓடிவந்தனர். கன்னியப்பனின் தலையைத் தூக்கியபோது, கிட்டத்தட்ட அது தனியாக வந்தது போல் இருந்தது. எல்லோரும் தலையில் அடித்துக்கொண்டு அழ, சேகர் “ஐயயோ, ஐயயோ கன்னியப்பா, கன்னியப்பா, உன்னை கொன்னுட்டேனே” என்று கதறினான். காரில் கன்னியப்பனின் உடல் ஏற்றப்பட்டு மருத்துவமனைக்கு அனுப்பிவைக்கப்பட்டது. அன்றைய தினம் ஷூட்டிங்கும் நிறுத்தப்பட்டது. மருத்துவமனை நடைமுறைக்குப் பின்னர் விமானத்தில் கோவையிலிருந்து சென்னைக்கு கன்னியப்பனின் உடல் அனுப்பி வைக்க ஏற்பாடு செய்யப்பட்டது. அதற்கு முன்னதாக மாஸ்டர் படப்பிடிப்பை அவசரம் அவசரமாக துவக்கினார். “இன்னிக்கு ஒரே ஒரு ஷாட் எடுக்குறோம், பேக்அப் பண்றோம்” என்று சொல்லிவிட்டு சேகரை அழைத்தார். “டேய் வாடா, கன்னியப்பன் என்கிட்ட சத்தியம் வாங்கிட்டுச் செத்துப் போய் இருக்காண்டா, அதைக் காப்பாத்தணும்டா, வந்து அந்த ஷாட்டை நீயே பண்ணு” என்றார். கண்களில் நீர்வழிய பல்டி அடித்து முடித்தான் சேகர். கன்னியப்பன் உடலோடு சென்னை வந்த சேகரை உற்றுப் பார்த்த சரளா, “இனி ஜென்மத்துக்கும் உன்கிட்ட பேசமாட்டேன்” என்றாள். அதுதான் அவள் சேகரிடம் கடைசியாகப் பேசிய வார்த்தை.

இத்தனை வருஷம் ஆச்சு, சேகரும் பல மாஸ்டர்களிடம் வேலைசெய்து நல்ல பெயரும் எடுத்துவிட்டான்; ஓய்வும் பெற்றுவிட்டான். பிள்ளைகளும் பெரியவர்களாகிவிட்டார்கள். ஆனால் சேகரிடம் ஒருவார்த்தை பேசியதில்லை சரளா. ‘ராஜாதிராஜா’ படம் வெளியான பிறகு, எங்கிட்ட மோதாதே பாடலில் ஒருநொடி தோன்றும் கன்னியப்பனைப் பார்ப்பதற்காகவே அந்தப் படத்தை நூறுமுறை பார்த்தாள். பிறகு கேசட்,

சிடி என்று எல்லா வடிவிலும் ராஜாதிராஜா அவளிடம் வந்து சேர்ந்தது. இப்போது பெரிய தொலைக்காட்சியில் பாடல்களை நிறுத்திப் பார்க்கக்கூடிய வாய்ப்பு வந்தபிறகு, கன்னியப்பன் தோன்றும் குறிப்பிட்ட இடத்தில் பாடலைக் கேட்பதும், மீண்டும் அதனை ஆரம்பத்தில் இருந்து ஓடவிடுவதும் வாடிக்கையாகிவிட்டது.

இதோ, அந்தப் பாடல் மீண்டும் ஒலிக்கிறது. ரஜினியிடம் அடிவாங்கி விழும் கன்னியப்பன், அவருக்குப் பின்னால் கைகளைக் கட்டிக்கொண்டு நிற்கிறான். அதனை அப்படியே திரையில் உறையச்செய்த சரளா, எழுந்து திரையில் கன்னியப்பனின் உருவத்திற்கு முத்தம் கொடுத்தாள். "ராஜா, எங்க வீட்டு ராஜா, எங்கள வாழவச்ச தெய்வம், ராஜா, ராஜாதிராஜா நீதாண்ணே, ராஜாதிராஜா" என்று ஓ வென்று அழுதாள். சேகர் அமைதியாக திரையையும் சரளாவையும் பார்த்துக்கொண்டிருந்தான்.

●

வளையல்

அனகாபுத்தூர் தரைப்பாலம் தெரியாத அளவுக்கு வெள்ளம் சுழித்தோடியது. செம்மண் நிறத்தில் நுரைத்தும் கொப்பளித்தும் ஓடியதைப் பார்க்கும்போது சற்றுப் பயம் கூட வந்தது. இந்த ஆற்றிலா இவ்வளவு நாள் குளித்தோம், இன்று இப்படி அச்சுறுத்துகிறதே என்று நெஞ்சு ஒரு நிமிடம் துணுக்குற்றது. கிட்டத்தட்ட ஒரு கிலோமீட்டர் தூரத்திற்கு அகன்று வெள்ளம் நொடிக்கொருதரம் அதிகரித்த வண்ணம் இருந்தது. கரையின் இந்தப் புறம் அனகாபுத்தூர், அந்தப் பகுதி குன்றத்தூர். இடைப்பட்ட தரைப்பாலம்தான் இரண்டையும் இணைக்கும் ஒரே வழித்தடம். வெய்யில்காலத்தில் கிழவனின் கோவணம்போல ஒற்றைவகிடுபோல மெல்லிய நீர்க்கோடாய் அங்கொன்றும் இங்கொன்றுமாய் நீர் ஓடும். அடையாறு என்று சொன்னாலும் கூட செம்பரம்பாக்கம் ஏரியோட உபரி தண்ணீர் தான் இதன் ஆதாரம். கோடையில் ஏரியே வறண்டு விடும், அடையாறும் அப்படியே.

பள்ளிக்குப் போவதாய்த்தான் பேர், ஆனால் நாங்கள் எல்லாரும் சங்கமிப்பது அனகாபுத்தூர் தரைப்பாலம் அடியில்தான். கன்னுக்குட்டி தாராளமாய்ப் போய் வருகிற அளவுக்கு மூன்று குழாய்கள் பாலத்திற்கு அடியில் பொருத்தப்பட்டிருக்கும். அதற்கு மேல் பாலம். தண்ணீர் அந்தக் குழாய்கள் வழியாகத்தான் பாலத்திற்கு அடியில்

வரும். மழைக்காலத்தில் மட்டும் பாலம் மறையுமளவுக்குத் தண்ணீர் பெருக்கெடுக்கும். எங்கிருந்தோ என்னென்னவோ குப்பைகள் அடித்துக்கொண்டு வெள்ளத்தில் புரண்டும் கவிழ்ந்தும் சென்று கொண்டிருக்கும். மரபெஞ்சுகள், பிளாஸ்டிக் சேர்கள் என்று ஏதோதோ பொருட்கள் ஆற்றின் நடுப்பகுதியில் மிதந்து வரும். கரையில் இருப்பவர்கள் வலையை முடிந்தவரை வீசிக் கையில் கிடைத்த பொருட்களை வாரிச் சுருட்டிச் செல்வார்கள்.

எங்கள் காலடியில் தண்ணீர் அலையென விசிறி விசிறி அடித்தது. ஒரு பாய், ரெண்டு சிறிய உடைந்த பானைகள் என எங்கள் பக்கம் சில பொருட்கள் சிதறிக்கிடந்தன. வழக்கமாக அதனை எடுத்துக்கொண்டு சிரிப்பதும், பங்கு பிரிப்பதில் சண்டை வருவதும் வாடிக்கை. ஆனால் இன்று எதையும் தொடக்கூடவில்லை. வெள்ளக்காலங்களில் வரும் குதூகலமும் இல்லை. நான், ப்ரியா, மெஹருன்னிசா மட்டும் நின்னுக்கிட்டு இருந்தோம். நெஞ்சு வெடித்துவிட்டது. இந்த தண்ணிதானே, இல்லையில்லை இங்க சுத்தி நிக்குறவங்கதானே எங்க மஞ்சுளாவ கொன்னுட்டாங்க. இதோ இன்னிக்கு தண்ணில மெதந்து வர்ற இந்தப் பொருட்களை வாரி வாரி எடுத்துக்குற இவங்கதானே அன்னிக்கு எங்க மஞ்சுளாவைத் திருடினு சொன்னாங்க.

அனகாபுத்தூர் கணேஷ் தியேட்டர் பக்கத்துல இருக்குற சரஸ்வதி ஊராட்சி ஒன்றிய தொடக்கப் பள்ளிதான் நாங்க படிக்கிறோம்னு போய் ஒக்காந்த இடம். ஆனா வகுப்புல இருந்ததை விட பக்கத்துல இருக்குற அய்யனார் சிலைலதான் தொங்கிட்டிருப்போம். ஐந்தாம் வகுப்பு அ பிரிவு. வெத்தலை வாத்தியார் எங்களுக்குப் பிடிச்ச வாத்தியாரு. எப்போதும் தூங்கிட்டே இருப்பாரு. வடையும் டீயும் வாங்கிட்டு வர்ற சொல்லுவாரு, யாரு வாங்கிட்டு வர்றாங்களோ அவங்களுக்கு வடையில் ஒரு துண்டு இனாம். அதுக்கு அடிச்சுக்குவோம் பாரு, அப்படி அடிச்சுக்குவோம். ஆனா எப்போதும் ஜெயிக்குறது மஞ்சுளாதான். துடுக்குனா அப்படி ஒரு துடுக்கு. வாத்தியார்னு கூட பாக்க மாட்டா, தூங்கும்போது வாத்தியார் கண்ணாடிய எடுத்து ஒளிச்சு வச்சுடுவா, எழுந்ததும் எல்லாருக்கும் அடி, இடி மாதிரி விழும். ஆனாலும் காட்டிக் கொடுக்காமல் அடி வாங்குறதுல அவ்ளோ சந்தோஷமா இருக்கும். எண்ணெய் தடவுன பிரம்பால கைல ஒண்ணு போட்டா சுளீர்னு இருக்கும். வலி தெறிக்கும், கைய புட்டத்துல வச்சு தேச்சாக் கூட சூடு குறையாது.

வாசலில் தொப்பி தாத்தா, தள்ளுவண்டில ஐஸ் வித்திட்டு வருவாரு, அவர் கிட்டயும் அப்படிதான் ஒரே கலாட்டா பண்ணுவோம். அங்கயும் மொதல்ல நிக்கிறது மஞ்சுளாதான்.

தாத்தாவோட டவுசர புடிச்சு இழுத்துவிடுவா, "ஏண்டி என்னைய கல்யாணமா பண்ணிக்கப் போற, டவுசர போட்டு இழுக்குற" என்று முதுகில் ஒண்ணு வைப்பார். வீட்டுக்குப் போகிறவரை முதுகை நெளித்துக்கொண்டேதான் நடக்க வேண்டி இருக்கும். வழியில கொருக்கல்லிக்காய் பறிப்பதும், மஞ்சுளா வீட்டில் வளர்க்கப்படும் மாடுகளுக்குத் தழை பறிப்பதும் என்று அரட்டைக் கச்சேரிதான். முதலில் மேட்டுத்தெருவில் மெஹருன்னிசா வீடு. அடுத்துத் தேரடியில் நான். லட்சுமியும் ப்ரியாவும் நாயுடு தெருவில் சென்று மறைய, ஒரு தோளில் புத்தகப் பையும், மறுதோளில் தொரட்டி நிறைய இலைதழையுமாய் அம்பேத்கர் காலனிக்குள் செல்வாள் மஞ்சுளா.

காலையில் எழுந்ததும் மாடுகளுக்குத் தண்ணி காட்டுவது, பொட்டுப் புண்ணாக்கு போட்டு தொட்டி நிறைய கலப்பது, போரில் இருந்து ஒரு கட்டு பிரித்து வைக்கோலை மாடுகளுக்குப் போடுவது, வாலுக்குச் சிக்கெடுப்பது, கிணற்றடியில் நின்று தண்ணீர் மொண்டு மொண்டு மாடுகளைக் குளிப்பாட்டுவது என்று மஞ்சுளா செய்யும் வேலைகளைப் பார்த்து மலைத்துப் போவோம். ஒரு கையில் கருப்பட்டியைத் தின்றபடி, மறுகையில் சாக்காரக்கட்டியால் எருமை மாட்டின் முதுகைத் தேய்த்துக் கொண்டிருப்பாள். மாட்டின் இடுப்பளவு கூட இல்லாமல் எப்படி இவ்வளவு தைரியமாய் மாடுகளுக்குப் பக்கத்தில் செல்கிறாள் என்று நாங்கள் வியந்துபோவதுண்டு. ஆனால் மஞ்சுளா வீட்டுக்கு போய் வந்தாலே எனக்கு அடிதான். தண்ணீரைத் தெளித்துதான் வீட்டுக்குள் பாட்டி கூட்டிச் செல்வார்கள். "ஏன் பாட்டி இப்படி பண்ற, காலையிலே குளிச்சுட்டுதானே போனேன்" என்று கேட்டால், "போடி வியாக்கியானம் பேசிக்கிட்டு" என்று தலையில் ணங்கென்று குட்டு வைப்பாள்.

கதிரேசன் சார் புதிதாக சில்வர் ப்ளஸ் வண்டி வாங்கி அதில் பள்ளிக்கு வந்தார். நாங்கள் அதனைச் சுற்றிச் சுற்றிப் பார்த்தோம். மரத்தடியில் நிறுத்தப்பட்டிருந்த அதன்மீது காகம் எச்சம் போடாமல் இருக்க, மண்ணில் ஊனப்பட்ட கொம்பின் மீது குடை ஒன்று கவிழ்க்கப்பட்டிருக்கும். சாம்பல் நிறமும் கருப்பு நிறமும் கலந்த வண்டி அது. பள்ளிக்கூடம் முடிந்து அந்த வண்டியை கதிரேசன் சார் எடுக்கும் சமயம், வண்டியை ஓங்கி உதைப்பார். பின்னால் இருக்கும் ஒரு ஓட்டையில் பட், பட்டென்ற ஒலியோடு புகை வரும். அந்தப் புகையை மஞ்சுளா ஆசை ஆசையாய் மோந்து பார்ப்பாள். "என்னா ஒரு மணம்டி, அதுக்குள்ள என்னமோ கலக்குறார்டி கதிரேசன் சார். அதுதான் இந்த மணம் மணக்குது" என்பாள். ஒருநாள் அந்தப் புகையைப் பிடிக்க பெரிய துணிப்பை ஒன்றை எடுத்து வந்து

அந்த ஓட்டையைச் சுற்றிக் கட்டிவைத்தாள். கதிரேசன் சார் வண்டியை உதைக்க உதைக்க புகை வரவேயில்லை. பின்னால் வந்து பார்த்தவர், யார் இந்த வேலையை செஞ்சது என்று அந்த துணிப்பையை பிடித்து இழுத்தார். எல்லாரும் மஞ்சுளாவைப் பார்க்க, அவளுக்கு விழுந்த அடியில் நாங்கள் எடுத்த ஓட்டம் வீடுவரை நிற்கவேயில்லை.

ஆண்டு இறுதித் தேர்வு விடுமுறை என்பது எங்களுக்குக் கிடைச்ச லக்கி ப்ரைஸ். தாத்தா வச்சு இருக்குற லாட்டரில பரிசு விழுந்தா மாதிரி நாங்க ஒரே ஆட்டம்தான். லட்சுமியும் ப்ரியாவும் காஞ்சிபுரத்திற்குப் போவாங்க. அங்கதான் அவங்க பாட்டி வீடு. மெஹருன்னிசா வேலூர் போய்டுவா. நான் குன்றத்தூர்ல இருக்குற அத்தை வீட்டுக்கு. ஆனா மஞ்சுளா மட்டும் எங்கயும் போக மாட்டா. கேட்டா, "மாடுங்க இருக்குல்ல, யார் பாத்துக்குறது, அதுங்களுக்குப் பசிக்கும்ல" என்று சிரித்துவிட்டு ஓட்டமாக ஓடுவாள். அவ அழுது நாங்க யாருமே பார்த்ததில்லை.

லட்சுமி, ப்ரியா, மெஹருன்னிசா, மஞ்சுளா எல்லாரும் எங்க வீட்டுக்கு அன்னிக்கி வந்தாங்க. வந்தவங்கள திண்ணையில் உட்கார்ந்து இருந்த பாட்டி, கையில் இருந்த குச்சியால "நில்லுங்க, நில்லுங்க" என்று அதட்டினாள்.

"எந்த தெருவுல இருந்து வர்றீங்க" என்று கேட்டாள். லட்சுமியும் ப்ரியாவும் தெருவின் பேரைச் சொல்ல உள்ளே போங்கடி என்று சொல்லிவிட்டு "நீ பாய் வூட்டு பொண்ணுதானே" என்று மெஹருன்னிசாவைப் பார்த்துக் கேட்டாள். ஆமாம் பாட்டி, "ஹா, போ, பின்னாடி கிணத்துப் பக்கமா போயிட்டுத் தலையில தண்ணி தெளிச்சிட்டுப் பின்கட்டு அங்கணத்துல உக்காரு" என்றாள். கடைசியாக மஞ்சுளாவைப் பார்த்தாள் பாட்டி. வெளுத்துச் சாயம்போன நீலநிற பாவாடையும் ஒட்டுப்போட்டு வெள்ளைநிற மேல்சட்டையும் அணிந்தபடி சிரித்துக்கொண்டிருந்தாள் மஞ்சுளா. "நீ தெருவுல நில்லு, உள்ளே வரக்கூடாது" என்று சொல்லிவிட்டாள் பாட்டி. எனக்கு ஒரே அழுகையா போய்விட்டது. "பாட்டி ஏன் அவ வரக்கூடாது, உள்ளே விடு அவள" என்று கண்ணைக் கசக்கினேன். கையில் வைத்திருந்த குச்சியால் என் புட்டத்தில் ஒன்று போட்டாள் பாட்டி. "சனியனே, எங்க இருந்த எதையோ புடிச்சிட்டு வந்து ஏண்டி உசுர வாங்குற" என்று சத்தம் போட்டாள். மஞ்சுளா என்னைப் பார்த்து, "ஹேய் விடுடி, உங்க தெருவுல என்னை விட மாட்டாங்க" என்று சொல்லிவிட்டு, என்னைப் பார்த்துக் கண்ணை அடித்து ஓடிவிட்டாள்.

நான் பின்கட்டுக்குப் போனேன், அங்கு லட்சுமி, ப்ரியா, மெஹருன்னிசா எல்லாரும் கையில் உடைத்த கடலையை மென்றபடி உட்கார்ந்திருந்தார்கள். கிணற்றுக்குப் பக்கத்தில் இருந்த வேப்ப மரத்தின் வழியாக மஞ்சுளா மெதுவாக ஏறி உள்ளே குதித்தாள். எங்களுக்கு ஒரே குஷி. ஓய் என்று கத்திவிட்டு, பாட்டி பார்த்துவிடப் போகிறாள் என்று கமுக்கமாகச் சிரித்தோம். பாக்கெட்டில் வைத்திருந்த கம்மர்கட்டை ஆளுக்கொன்றாய் சாப்பிட மாமரத்தில் ஏறிய மஞ்சுளா நல்ல பிஞ்சுகாய்களாக பறித்துப் போட்டாள். லட்சுமியிடம் உள்ளே சென்று உப்பும் மிளகாய்த் தூளும் எடுத்து வரச் சொன்னேன். அதனைத் தொட்டுத் தொட்டு சாப்பிட்டுக்கொண்டிருந்தோம். திடீரென பின்னால் வந்த பாட்டி எங்களைப் பார்த்துவிட்டு "அடி செருப்பால, எங்கடி வந்த, எப்படி வந்த" என்று குச்சியைத் தூக்கியபடி விரட்ட மஞ்சுளா வேப்ப மரத்தில் தொற்றி ஏறிக் குதித்து மறைந்தாள். லட்சுமியும் ப்ரியாவும் வீட்டுக்குள் ஓட, மெஹருன்னிசா, "யா அல்லா" என்றபடிச் சந்து வழியாக தப்பினாள்.

பிரச்சினை இத்தோடு முடிந்திருந்தால் பரவாயில்லை. மறுநாள் என் பாட்டியும் அம்மாவும் ஒரே சண்டை போட்டுக் கொண்டிருந்தார்கள்.

"தறிக்கு பாவு போடுவேனா, வூட்டுக்குள்ள யார் வர்றாங்க, யார் போறாங்கனு பார்த்துட்டு இருப்பேனா? தண்டத்துக்கு திண்ணையில கெடந்து பகல் முழுக்க தூங்குறியே, இன்னிக்கு போச்சே, ரெண்டு பவுனாச்சே, போச்சே, போச்சே" என்று அம்மா மண்டையில மடார் மடார் என்று அடித்துக் கொண்டு அழுதாள்.

பாட்டி சீறியவளாக, "அடி செருப்பால, கண்ணுல கொள்ளிக்கட்டை வச்சிக்கிட்டு நாள் முழுக்க இங்கேயேதான் கிடந்து சாகுறேன், எனக்கு தெரியாது, யார் வர்றாங்க யார் போறாங்கனு" என்று பதிலுக்குக் கத்தினாள். எனக்கு ஒன்றும் புரியவில்லை. அண்ணன்தான் சொன்னான், அம்மாவோட வளையல காணவில்லை என்று; தொலைந்தால் என்ன இன்னொன்று வாங்கிவிட்டால் போகிறது, எதற்கு இப்படி பாட்டியும் அம்மாவும் சண்டை போட வேண்டும் என்று தோன்றியது. சொன்னால் திட்டுவார்கள் என்று அமைதியாக இருந்துவிட்டேன்.

அப்பா வீடு முழுவதும் தலைகீழாகப் புரட்டிக் கொண்டிருந்தார். வெங்கலப் பானைகள் ஒவ்வொன்றையும் எடுத்து வெளியில் எறிந்தார். சமையல் கட்டுக்குள் அம்மா ஆராய்ந்துகொண்டிருந்தாள். "எல்லா பொருளும் கலஞ்சி இருக்கு, யார் வந்தா வீட்டுக்குள்ள" என்று கொண்டையை முடிந்தபடி வெளியில் வந்தார்கள். உப்பு வைத்திருந்த

சம்புடத்தை உற்றுப் பார்த்த பாட்டி, "இதோ உன் ஏகபுத்திரி தான் கூட்டாளிங்கள கூட்டிக்கிட்டு வந்து மாவடு போட்டு திண்ணுக்கிட்டு இருந்தா நேத்து" என்று என்னைப் பார்த்து வத்தி வைத்தார்கள். அவ்வளவுதான் அம்மாவுக்கு சாமி வந்தது போல் ஆகிவிட்டது. கணநேரத்தில் என்மீது எத்தனை அடி விழுந்தது என்று தெரியவில்லை. காதுக்குள் கொய்ங் என்று சத்தம். யார் யார் வந்தாங்க என்று அம்மா கேட்க, மூக்கை உறிஞ்சியபடி லட்சுமி, ப்ரியா, மெஹருன்னிசா, மஞ்சுளா என்று சொன்னேன். ஓஹோ என்று ஒரு முடிவுக்கு வந்தவளாய் அம்மா, அப்பா, பாட்டி எல்லாரும் வெளியில் சென்றார்கள். நானும் பின்னாலேயே ஓடினேன்.

மேட்டுத்தெரு தாண்டி, நாயுடு தெரு தாண்டி அம்பேத்கர் காலனிவரை சென்ற அப்பா, அங்கிருந்த டீக்கடையில் நின்று "வஜ்ஜிரத்தை வர சொல்லுங்க" என்று கத்தினார். டீக்கடையில் இருந்து ஒரு ஆள் ஓட்டமாக ஓடி மஞ்சுளாவின் அப்பாவை அழைத்து வந்தார். இடுப்பில் கைலி மட்டும் கட்டிக்கொண்டு வெற்று மார்போடு நடந்து வந்தார் அவர்.

"கை, கால வச்சுகிட்டு சும்மா இருக்க முடியாதா? ஊருக்குள்ளயே ஆட்டம் போட ஆரம்பிச்சிட்டிங்களா" என்று அப்பா கத்த, பதிலுக்கு "என்ன விஷயம்னு சொல்லாம, இஷ்டத்துக்கு கத்தினா என்ன அர்த்தம்" என்று அவரும் பாய, இருவரும் அடித்துக்கொள்ள பார்த்தார்கள்.

உள்ளே புகுந்த அம்மா, "உன் பொண்ணு நேத்து என்னோட வளையல திருடிட்டு போயிட்டா" என்று சொல்ல, எனக்குத் தலை சுற்றியது. என்னது மஞ்சுளாவா, திருடிட்டாளா? என்ன சொல்றாங்க அம்மா, என்கூட தானே விளையாடுனா, என் எதிரில் தானே வேப்ப மரத்த தாண்டி குதிச்சா என்று எனக்குள் ஏராளமான கேள்விகள்.

வேகமாகச் சென்ற அவர், சிறிது நேரத்தில் மஞ்சுளாவைப் பிடித்துத் தரதரவென்று இழுத்து வந்தார். வெள்ளை நிற ரிப்பன் காற்றில் அலைபாய, கண்ணில் கண்ணீர் பெருக்கெடுத்து வர மஞ்சுளாவைத் தள்ளிவிட்டார். அவள் எழுந்து ஒரு கையால் கண்ணீரைத் துடைத்தபடி என்னைப் பார்த்துவிட்டுத் தலைகுனிந்து பெரிதாகக் கேவிக் கேவி அழுதாள். "ஏய், அவங்க வீட்டுக்கு போனியா? வளையல எடுத்தியா," என்று மஞ்சுளாவின் அப்பா, அவளுடைய கன்னத்தில் ரெண்டு அறைவிட்டார். ஏற்கெனவே அழுதுகொண்டிருந்த மஞ்சுளாவைப் பார்த்துக் கலங்கி நின்ற நான், அந்த அடியைப் பார்த்து மூத்திரம் போய்விட்டேன்.

“இல்லப்பா நான் எடுக்கல, நான் எடுக்கல” என்று மஞ்சுளா அலறினாள்.

“வீட்டுக்குள்ள வராதனு சொன்னேன்ல, அப்புறம் எப்படிடி வந்த” என்று பாட்டி குச்சியை ஆட்டி ஆட்டிக் கேட்டாள்.

“மரம் ஏறி குதிச்சி” என்றாள் மஞ்சுளா.

“பார்த்தியா, திருட்டு புத்திய, மரம் ஏறி வந்தாளாம், ஆனா வளையல எடுக்கலயாம், யாரை நம்ப சொல்ற” என்று பாட்டி ஏகத்துக்கும் எகிறினாள்.

“மனுஷங்கள நம்பி நாங்க இல்லங்க, எங்களுக்கு மாடு இருக்கு அதை வச்சும் பொழச்சுக்குவோம், திருடி வாழணும்னு அவசியம் இல்லை” என்று மஞ்சுளாவின் அப்பா மூச்சிரைத்தார்.

இதற்குள் ஊரெல்லாம் அங்கு திரண்டுவிட்டது. லட்சுமி, ப்ரியா, மெஹருன்னிசா எல்லோரும் கூட வந்துவிட்டார்கள்.

“அந்த நேரத்தில அங்க இருந்தவங்க இதுங்கதான், அப்போ இதுங்கதானே எடுத்து இருக்கணும்“ என்று பாட்டி கையை ஆட்டிப் பேசினாள்.

“ஏன், மத்த பொண்ணுங்க கூட தான் இருந்து இருக்கு, அங்க போய் கேக்க வேண்டியதுதானே” என்று சத்தம் போட்டார் மஞ்சுளாவின் அப்பா.

“டேய் யார் வீட்டுல வந்து யார கேக்க சொல்ற, வெட்டி பொலி போட்டுருவேன்” என்று லட்சுமியின் அப்பா கத்த, மஞ்சுளாவின் அப்பா தலையில் கையை வைத்துக்கொண்டு நடுத்தெருவில்அமர்ந்து விட்டார்.

“ஒண்ணு நகையை கொடு, இல்லேன்னா போலீசுல சொல்லிடுவேன்” என்று அப்பா இறுக்கமாகக் கூறினார்.

“நான் வளையல எடுக்கல, எடுக்கல, எனக்கு தெரியவே தெரியாது” என்று மஞ்சுளா அழுதுகொண்டே கத்தினாள்.

பாட்டி ஆவேசமாக, “என்னை ஏமாத்திட்டு உள்ள வந்தவதானே, நீ சொல்றத எப்படிடி நம்புறது” என்று புடவையின் முந்தானையை உதறினாள்.

“திருடி, திருடி, திருட்றதையும் திருடிட்டு எவ்ளோ அழுத்தமா சாதிக்குது பாரு, திருடி” என்று சபித்தாள்.

என்னையும் பாட்டியையும் உற்றுப்பார்த்த மஞ்சுளா வேகமாகப் பின்பக்கமாகத் தெருவுக்குள் ஓடினாள்.

“ஏய், ஏய் திருடி ஓட்றா பாரு” என்று பாட்டி கத்த, நாலைந்து பேர் பின்னால் ஓடினார்கள். நாங்களும் கூட பின்னால் ஓட, பாட்டி மட்டும் தயங்கி நின்றுவிட்டாள். வேகமாக ஓடிய மஞ்சுளா தெருவின் முடிவில் இருந்த ஆற்றின் கரையை ஏறி, ஓங்கி நின்றிருந்த வேங்கை மரத்தில் ஏறினாள். மஞ்சுளாவின் அப்பா, அலறியபடியே “ஏய் என்ன பண்ற, எங்க போற” என்று கத்தியபடியே பின்னால் ஓடினார்.

மரத்தின் பெரிய கிளையில் தவ்விச் சென்ற மஞ்சுளா கீழே சுழித்து ஓடிய ஆற்றில் சட்டென்று பாய்ந்தாள். ஒரு கணம் என்ன நடந்தது என்றே புரியவில்லை. மரத்தின் உச்சியை பார்த்தோம், ஆற்றைப் பார்த்தோம். நீருக்குளிருந்து ஒருமுறை மஞ்சுளாவின் தலை மேலே வந்து சென்றது. கை ஒருமுறை உயர்ந்து மறைந்தது. படபடவென்று நாலைந்து பேர் நீருள் குதித்தார்கள்.

“யாராச்சும் கயிறு இருந்தா எடுத்துட்டு வாங்க, யாராச்சும் தலைப்பாலம் பக்கத்துல அளவுகல்லு பக்கத்துல போய் பாருங்க” என்று சத்தமாக இருந்தது.

“ஐயோ, என் பொண்ணு என் பொண்ணு” என்று மஞ்சுளாவின் அப்பாவின் அலறல் சத்தம் காதைக் கிழித்தது.

அப்பாவும் அம்மாவும் என்ன செய்வது என்று தெரியாமல் பதறிக்கொண்டிருந்தார்கள். அப்போது கூட, “திருடிட்டா, ஆப்டுக்கிட்டா, அதா அவமானம் தாங்காம தண்ணில குதிச்சுட்டா” என்று பாட்டி சொன்னாள்.

கொஞ்சநேரத்தில் மஞ்சுளாவின் உடலைக் கொண்டு வந்தார்கள். நெற்றியில் அடிபட்டுப் பிளந்திருந்தது. இரண்டு உள்ளங்கைகளையும் பிரித்தபடிக் கிடந்தாள் மஞ்சுளா.

வளையலும் கிடைக்கவில்லை, மஞ்சுளாவும் கிடைக்கவில்லை. ஆனால் என்ன காரணமோ, முழுஆண்டு பரிட்சைக்கு முன்னதாகவே லட்சுமி வீட்டில் மட்டும் காஞ்சிபுரத்துக்கு வீடு காலி பண்ணிக்கிட்டுப் போயிட்டாங்க.

இப்போதெல்லாம் ஆற்றில் தண்ணீர் பெரும்பாலும் வருவதில்லை. வரும் சமயங்களில் தவறாமல் சென்று பார்க்கிறேன் சுழித்து ஓடும் நீரில் மஞ்சுளாவின் முகத்தை.

●

சிவிங்கம்பூ சேரா

மணமகனுக்கு நலங்குவைக்கும் சடங்கான 'தேல் கா ரச'த்திற்கு வந்த கூட்டத்தைப் பார்த்தே தன்வீருக்கு வயிறு எரிந்தது. எதற்கெடுத்தாலும் திட்டியபடியே வாசலுக்கு உள்ளேயும் வெளியே யும் நடந்துகொண்டிருந்த தன்வீரைப் பார்த்துச் சிரித்தபடியே சிவிங்கம்பூக்களைச் சேராவாகத் தொடுத்துக் கொண்டிருந்தாள் தபசும். வேலூர் பேருந்து நிலையத்தில் காத்திருந்த சித்தூர் சொந்தக் காரர்கள் ஆட்டோவில் வந்து இறங்கியபடியே இருந்தனர்.

"எத்தனை ஆடு சொல்லி இருந்த, எத்தனை பேருக்கு விருந்து சொன்ன? இப்படி சரம் சரமா வந்தா ஆச்சா?" என்று சலித்தபடி தலைமுக்காட்டை இழுத்துச் சரிசெய்தபடிக் கத்திக்கொண்டிருந்தாள் தன்வீர்.

"வீட்டுக்குக் கடைசிக் கல்யாணம், ஊரு ஒறவெல்லாம் சொல்லாம, திருட்டுக் கல்யாணமா பண்ண சொல்ற" என்று பீடியை ஆழ உறிஞ்சினார் தன்வீரின் கணவர் குச்சுபாய்.

"செலவ உங்க அப்பன் பண்றானா, எங்க அப்பன் பண்றானா, குவைத்ல ஒக்காந்து ரத்தம் வடிய சம்பாரிச்சத ஆடு அறுத்தே காலி பண்ண சொல்றியா," என்று இடுப்பில் இரண்டு கைகளை

வைத்தபடி ஆங்காரமாக தன்வீர் கேட்க, அப்போதைக்குப் பேச்சு வளர்க்க விரும்பாத குச்சுபாய், இலையைச் சுருட்டிப் புகையிலையை அடக்கிப் புதிய பீடி ஒன்றைச் செய்யும் வேலையில் மும்முரமானார்.

இந்தப் பேச்சுக்களை காதில் வாங்கிக்கொள்ளாமல் அடுக்கு அடுக்காக இதழ்கள் பதிந்து கொத்தாக மலர்ந்து இருந்த சிவிங்கம்பூக்களை ஆசையோடு தடவிய தபசும், சரிகை நூலெடுத்துக் கையில் முழம் போட்டு அளக்கத் தொடங்கினாள். முதலில் கொத்து சரம், அதன்மேல் சரிகைச்சுற்று; அடுத்து மல்லியும் செம்பங்கியும் சேர்த்துக் கட்டினாள். அதன்மீது பக்கவாட்டில் பொன்சரிகையைச் சேர்த்துச் சுற்ற மாலையின் கீழ்ப்பகுதி வடிவத்திற்கு வந்தது.

ரீங்ங் என்ற சத்தத்தோடு கொட்டிவைத்த பூக்கள் மீது பெரிய ஈக்கள் மொய்த்துக்கொண்டிந்தன. நார் ஊறப் போட்டிருந்த பக்கெட்டில் இருந்து கையளவு தண்ணீர் எடுத்துப் பூக்கள்மீது தெளித்த தபசும், சேராவின் அடுத்த பக்கத்திற்குப் பூக்களை அடுக்கினாள். அப்போது, பக்கெட்டைக் காலால் எட்டி உதைத்த தன்வீர், “காலையில இருந்து ஓட்டு வீட்டுக்கு முட்டுக் கொடுத்த மாதிரி ஒரே இடத்தில ஒக்காந்து இருந்தா ஆச்சா, உங்க அக்காவதா ஒண்ணும் இல்லாம எம்புள்ளக்கு சேத்து வுட்டுட்டீங்க, கூடமாட ஒத்தாசைக்கு ஆள வரச்சொன்னா, கொட்டிக்கிறதுக்கு மட்டும் கூட்டம் கூட்டமா வந்து நிக்குதுங்க உங்க வூட்டு ஜனங்க” என்று பொரிந்து தள்ளினாள் தன்வீர்.

“கொணவட்டம் ரசூல்பாய் பொண்ணுங்களையா சோத்துக்குச் செத்தவங்கனு சொல்ற” என்று பொங்கிவந்த கோபத்தைத் தொண்டைக்குள் இறக்கியபடி கண்ணீர் கோக்க தன்வீரைப் பார்த்தாள் தபசும்.

கிணிங் என்ற சைக்கிள்பெல் சத்தம் வாசலில் கேட்டால் ரசூல்பாய் வந்துவிட்டார் என்று அர்த்தம். கொணவட்டத்தில் ஒற்றைக்காலில் சைக்கிளில் வலம்வரும் ரசூல்பாயின் அப்பளத்திற்கு அவ்வளவு கிராக்கி. கூடவே ரமலான் மாதங்களில் இடியாப்பமும். தலையில் தொப்பி, முழங்கால் அளவுக்கு வெளுத்த ஜிப்பா, ஏத்திக்கட்டிய லுங்கி, தாடி மண்டிய முகத்தில் கொள்ளைச் சிரிப்பு – இதுதான் ரசூல். சக்கரை வியாதி ஒருகாலைத் தின்றுவிட, நம்பிக்கையை இழக்காத ரசூல் கொணவட்டம் முழுவதும் மறுகாலில் சைக்கிள் மிதித்து வியாபாரம் செய்து வந்தார். கௌஹர், தபசும், நுஷ்ரத் என்று முத்து முத்தாய் மூன்று பெண்கள்.

சைக்கிளோடு ரசூலையும் லாரி ஏத்திச் சென்றுவிட ஒரேநாளில் ஒட்டுமொத்தாய்த் தெருவுக்கு வந்து நின்றார்கள். அப்பாவுக்குத் துணையாக அப்பளம் உருட்டிக்கொண்டிருந்தவர்கள் பின்னர் முழுநேரத் தொழிலாய் அதனை உருட்டத் தொடங்கினர்.

ஆட்டோ ஓட்டும் எதிர்வீட்டு தன்வீரின் மகன் அப்பாஸ். அப்பளக் கட்டுக்களோடு செல்லும் கௌஹர், ஒருசில மாதங்களில் வேலூர் கோட்டை மதில் சுவருக்குப் பின்புறம் அப்பாசுடன் நிற்க ஆரம்பித்தாள். ஒருநாள் கையும் களவுமாக இவர்களைப் பிடித்துவிட்ட அப்பாசின் அம்மா தன்வீர், சிப்பாய்க் கலகத்தை விட பெரிய கலகத்தை அன்று தெருவில் கூட்டி விட்டாள். “அப்பா செத்ததும், எப்படியாவது எவனையாவது வளைச்சி போட்டு வாழ்க்கைல செட்டில் ஆகிடலாம்னு கணக்கு பாக்குறீங்களாடி” என்று வீட்டு வாசலில் நின்று ஆங்காரமாக ஒருநாள் முழுவதும் திட்டித் தீர்த்தாள். ஆனால் அப்பாஸ் பிடிவாதமாக நின்று கௌஹரைத்தான் கட்டுவேன் என்று சொல்லிவிட, வேறுவழியின்றித் தன் மகன் அப்பாசுக்கு, கௌஹரைக் கட்டிவைத்தாள் தன்வீர்.

ஆனால் அதுநாள்வரை வெளிநாடு செல்ல மறுத்து வந்த அப்பாசை வலுக்கட்டாயமாக, “உன் விருப்பப்படி கௌஹரை கட்டிவைத்தேன் அல்லவா, என் விருப்பப்படி நீ குவைத்துக்கு கொஞ்சநாள் வேலைக்குப் போ, வந்து உனக்குனு ஒரு வீடு கட்டிக்கோ . . . அப்புறம் ஆட்டோ ஓட்டுவியோ, கப்பல் ஓட்டுவியோ உன் விருப்பம்” என்று தன்வீர் பிடிவாதம் காட்ட, கல்யாணம் முடிந்த கையோடு குவைத்துக்கு விமானம் ஏறினான் அப்பாஸ். வீடுதான் மாறியதே தவிர, வாழ்க்கை மாறவில்லை கௌஹருக்கு. தங்கள் வீட்டில் விடிகாலை நான்கு மணிக்கு எழுந்து இடியாப்பத்திற்கு மாவு திரட்டி, இடையே அதிகாலை தொழுகையான சுபுஹ் நமாஸ் செய்துவிட்டு மீண்டும் இடியாப்ப வேலைகளுக்குள் இறங்கினால் அது முடிய பிற்பகலாகி விடும். பின்னர் இடியாப்பங்களை வாடிக்கையான ஓட்டல்களுக்குச் சென்று கொடுத்து வருவது தபசும் பொறுப்பு. இப்போது இடியாப்பம் வேலை மட்டும்தான் இல்லை. மற்றபடி அதிகாலையில் ஆரமபித்து நள்ளிரவுவரை கௌஹருக்கு வேலை இருந்துகொண்டே இருந்தது. ஏதாவது ஒன்றை தன்வீர் சொல்லிக்கொண்டே இருப்பாள். இதையெல்லாம் அப்பாசிடம் செல்போனில் பேசும்போது சொல்லலாம் என்று நினைப்பாள், பிறகு நேரில் வரட்டும் பார்த்துக்கொள்ளலாம் என்று அமைதியாக இருந்துவிடுவாள்.

கௌஹர் போனபிறகு தபசும், நுஷ்ரத் இருவரும் தனியாக இருக்க நேரிட்டது. எதிர்வீடு என்றாலும் கூட, அடிக்கடி சென்று அக்காவைப் பார்த்து விட முடியவில்லை. கையில் பணமில்லை, சாப்பாடு செய்யவில்லை போன்ற விஷயங்களைக் கூட அக்காவைப் பார்த்துச் சொல்ல முடியாத அளவுக்கு இடையில் மலைபோல் நின்றுகொண்டிருந்தாள் தன்வீர். முதலிரண்டு வாரங்கள் அக்காவை நம்பிக்கொண்டிருந்த தபசும், பிறகு தானே எழுந்து இடியாப்ப வேலைகளைச் செய்ய ஆரம்பித்தாள். உதவிக்கு நுஷ்ரத்.

முதல்நாள் மாலையே ஊறவைத்த பச்சரிசியைக் காயவைத்து மாவாக அரைத்து வைப்பாள். அதில் தேவையான அளவு மாவை எடுத்து அவித்துப் பதமான சூட்டில் உருண்டை பிடித்து அச்சில் வைத்து பிழிந்து, அதற்கென உள்ள சிறிய சிறிய மூங்கில் தட்டுக்களில் இட்டு, வாயகன்ற பெரிய இட்லிப் பானையில் வேகவைத்து அதன்பின்னர் லாவகமாகப் பிரித்துப் பெரிய சில்வர் பாத்திரங்களில் அரைடஜன் ஒரு செட் என்று அடுக்கி வைத்தால் விற்பனைக்குத் தயார். அதனை சைக்கிளின் பின்னால் வைத்துக் கட்டிக்கொண்டு ஹோட்டல்களுக்குச் சென்று விநியோகிப்பதுடன் ஒருநாள் முடிவுக்கு வரும். எல்லாம் முடிந்து படுக்கும்போது முதுகு முழுவதும் பட், பட்டென்று ஆங்காங்கே நெட்டிமுறியும் ஒலி கேட்பது வாடிக்கையாகி விட்டது.

இவ்வளவு செய்தும் வரக்கூடிய பணம் என்பது இடியாப்பத் திற்குத் தேவையான பச்சரிசி வாங்கவும், இரண்டு வேளை சாப்பிடவும் மட்டுமே சரியாக இருந்தது. ஓட்டல்களுக்கு இடியாப்பத்தைக் கொடுத்துவிட்டு நேராக வீட்டுக்கு வரும் தபசும், வாசலிலேயே பூக்களைக் கட்டி விற்கத் தொடங்கினாள். தபசும் செய்யும் சரிகைவேலைப்பாடுகள் கொண்ட சேராக்கள் பார்ப்பதற்கே கண்ணைப் பறிக்கும். கிட்டத்தட்ட ஒரு தவம் போல அந்தப் பூ மாலையை அவள் உருவாக்குவாள். வேலூர் பேருந்து நிலையத்தில் முருகன் அண்ணாவிடம் தான் பூக்கள் சொல்லி வைத்து வாங்குவாள். நல்ல ரோஸ் நிறத்தில் பூத்து நிற்கும் சிவிங்கம் பூக்கள்தான் அவளது முதல் தேர்வு. கூடவே சீசனுக்குக் கிடைக்கும் எல்லா பூக்களையும் தேவைக்குத் தகுந்தாற்போல் சேர்த்துக்கொள்வாள். சிவிங்கம் பூவின் இதழ்களை மென்றால், உவர்ப்புத் தன்மையோடு ஒரு வித்தியாசமான சுவையைத் தரும். அவற்றை மெல்ல மெல்ல கோத்து அடுக்கி ஒரு மாலை கட்ட எப்படியும் மூன்று மணிநேரம் ஆகும். வழக்கமான பூமாலை அல்ல சேரா; உச்சந்தலையில் ஆரம்பித்துப் பாதம் வரை மறையக்கூடிய கல்யாண மாலை அது. பொதுவாக சேரா கட்டுவதில் ஆண்கள் கில்லாடிகளாக இருப்பார்கள், அவர்களது

கைகள் எந்திரம் போல் சுழன்று சுழன்று வேலைபார்க்கும். ஆனால் தபசும் செய்யும் சேரா, சிற்பம்போல நுணுக்கம் மிக்கதாக இருந்தது. இதனால் சேரா கட்டும் ஆர்டர்களும் தபசுத்திற்குக் கிடைக்க ஆரம்பித்தது.

இந்த நேரத்தில் தன்வீர் தன் கடைசித் தம்பி அன்வருக்குப் பெண் பார்த்தாள். அப்பாசும் அன்வரும் கிட்டத்தட்ட ஒத்த வயதினர். தன்வீரின் அம்மாவுக்குக் காலந்தாழ்ந்து கடைசியாகப் பிறந்தபிள்ளை என்பதோடு அவனைப் பெற்றுவிட்டு அவள் கண்மூட, தம்பியைத் தன் பிள்ளைபோல் வளர்த்தாள் தன்வீர். இன்னும் சொல்லப்போனால் அப்பாசைக் கூட அடிப்பாள், அன்வரைத் திட்டக் கூட மாட்டாள். தன் பேச்சை மீறி அப்பாஸ், கௌஹரைக் கட்டிக்கொண்டு வந்துவிட, அக்கா சொல்லைத் தட்டாது அவள் சொல்லும் பெண்ணையே கட்டத் தயாரான அன்வருக்காக அவன் கல்யாண வேலைகளைப் பார்த்துப் பார்த்துச் செய்தாள்.

சித்தூரை அடுத்த மதனபள்ளியில் தன் சொந்தங்களில் பேரழகியான சலீமாவைப் பேசி முடித்தாள். பெரிய மசூதி பக்கத்துல இருக்க மொய்தீன் மண்டபத்தை ஒப்பந்தம் செய்தாள். யாருமே செய்யாத அளவுக்கு மணப்பெண்ணுக்கு மணமகன் அளிக்கும் சடங்கான மஹர் தொகைக்கு பத்து சவரனில் புல்ஹார் என்று சொல்லப்படும் நெஞ்சை முழுவதுமாக மறைக்கும் ஆரத்தை வாங்கினாள். தேர்ந்த இளம் ஆட்டுக்குட்டிகளைத் தானே சந்தைக்குச் சென்று பல்லைப் பிடித்துப் பார்த்து தேர்வு செய்தாள். பெண்ணின் சொந்தக்காரர்களுக்கு ஆட்டின் முன்கால் கறியைப் போடவேண்டுமென்றும், அதற்காக வெட்டும்போதே அதனைத் தனியாகப் பிரித்துச் சமைக்க வேண்டும் என்றும் உத்தரவிட்டாள்.

ஒருமாதத்திற்கு முன்னதாகவே விடுப்பு எடுத்து வந்துவிடவா என்று கேட்ட அப்பாசிடம் எரிந்து விழுந்தாள். "ஏன், இங்க வந்து பொண்டாட்டிக்கு முதுகு புடிச்சு விடப்போறியா, ஒண்ணும் தேவையில்லை, கல்யாண நெருக்கத்துக்கு வந்தா போதும், ரெண்டு நாள்ல கிளம்பிப் போற மாதிரி டிக்கெட் போட்டுக்கோ" என்று நறுக்கென்று கூறிவிட்டாள். அம்மாவிடம் எதிர்த்துப் பேசமுடியாத அப்பாஸ் கல்யாண விவரங்களை செல்போனில் கௌஹரிடம் கேட்டுத் தெரிந்துகொண்டான். ஆனாலும் அவளை போனில் பேச முடியாத அளவுக்கு விரட்டி வேலை வாங்கினாள் தன்வீர். கௌஹரின் தங்கைகளைப் பிடிக்காவிட்டாலும் தபசும் செய்யும் சிவிங்கம்பூ சேராவைப் பார்த்து வியந்துதான் போனாள். அதனால் அதனை மட்டும்

வெளியில் ஆர்டர் கொடுக்காமல் தபசும் தான் செய்ய வேண்டும் என்று உத்தரவிட்டாள்.

கல்யாணத்திற்கு வந்தவர்களை வாயெல்லாம் பல்லாக வரவேற்றாள் தன்வீர். குறிப்பாக சலீமா வீட்டு ஆட்கள் தங்குவதற்காக மாடியின் இரு அறைகளையும் சுத்தம் செய்து தந்தாள். சலீமாவுக்கு ஏசி அறை. அதேசமயம் ரசூல்பாய் சொந்தங்களைப் பார்த்து மட்டும் முகவாய்க் கட்டையைத் திருப்பிக் கொண்டாள். அவர்களால் தேவையற்ற செலவு என்றும், விருந்தில் போட்ட கறியை அவர்கள் மட்டுமே சாப்பிட்டுக் காலி செய்துவிட்டதாகவும் கூறி அங்கலாய்த்தாள். இதை ஏன் என்று கேட்டதற்குத்தான் கணவன் என்றும் பாராமல் குச்சுபாயை வெளுத்துவிட்டாள், அந்தக் கோபத்தை மாலை கட்டிக்கொண்டிருந்த தபசும்மீது காட்டினாள். பக்கெட்டை தன்வீர் எட்டி உதைத்ததால், மாலையில் மொய்த்திருந்த ஈக்கள் ஒருகணம் படையாக மேலெழுந்து பின்னர் மீண்டும் மாலைக்குள் அடங்கின. கண்ணில் வழிந்த நீரை, பக்கெட் தண்ணீரோடு கலந்து மறைத்த தபசும், அந்த வழியே சென்ற கௌஹரைப் பார்த்துச் சிரித்தாள். சீர் கொடுப்பதற்காக அதிரசம் போட்டு வைத்த பெரிய பெரிய பித்தளை தவலைகளை ஒவ்வொன்றாக இடுப்பில் எடுத்துக்கொண்டு நடையாய் நடந்துகொண்டிருந்த கௌஹரால், தங்கைகளை நினைத்து அழத்தான் முடிந்தது.

விடிந்தால் கல்யாணம். தேல் கா ரசம் நலங்கு முடிந்த பின்னர்தான் அப்பாசால் வந்து சேர முடிந்தது. சென்னையில் விமானம் தாமதம். பேருந்தில் இடம் கிடைக்காமல் மாறிமாறி வந்தது என அவன் பயணமே போராட்டமாக இருந்தது. டெம்போ வேனில் சீர்வரிசைப் பொருட்களை ஏற்றிக்கொண்டிருந்த கௌஹர், அப்பாஸ் வந்து நின்றதைப் பார்த்ததும் வெடித்துஅழுதுவிட்டாள். அப்பாசும் கண்கலங்கி, அவளை அணைத்துக்கொண்டான். கௌஹருக்கு அப்போதுதான் கொஞ்சம் நிம்மதியே வந்தது. மாலை கட்டிக்கொண்டிருந்த தபசும் கூட அப்படியே போட்டு விட்டு எழுந்து வந்து சலாம் சொல்லி மாமாவைக் கட்டிக்கொண்டாள். நுஷ்ரத்தும் சேர்ந்து கொண்டாள். இதனைப் பார்த்த தன்வீர், “வந்ததும் வராததுமா என்ன அங்க ஆட்டம், ஊரே வேடிக்கை பாக்கணுமா நீங்க அடிக்கிற கூத்த? உள்ள வந்துட்டு ஒய்யாரம் பண்ணா, யாரு வேணாம்னு சொன்னா” என்றாள். அம்மாவுக்கும் அப்பாவுக்கும் சலாம் சொன்ன அப்பாஸ், கல்யாணச் செலவுக்கான பணத்தை தன்வீரிடம் கொடுக்க அவள் கோபம் கொஞ்சம் கட்டுக்குள் வந்தது.

“கொஞ்சம் தூங்கி ரெஸ்ட் எடுப்பா, காலையில் எல்லாத்தையும் பேசிக்கலாம்” என்று அப்பாசை சொல்லிவிட்டு அடுத்த வேலையைப் பார்க்கப் போனாள். “மாமாகூட பேசு போ, வேலைகளை நாங்க பாத்துக்கிறோம்” என்று அக்காவை விரட்டி விட்டு அவளுடைய வேலைகளைத் தங்கை நுஷ்ரத்திடம் செய்யச் சொன்னாள் தபசும். சிறிது நேரத்தில் கையில் பெரிய பையோடு வந்த கௌஹர், தபசுத்திடம் அதனைக் கொடுத்துக் கல்யாணத்திற்கு மாமா வாங்கி வந்ததாகவும், நாளை அதனைத்தான் போட்டுக் கொள்ள வேண்டும் என்றும் சொல்லி விட்டுச் சென்றாள். தபசும் மாலையைக் கட்டி முடித்துவிட்டுப் படுக்க விடியற்காலை மூன்று மணியாகிவிட்டது. ஆள் ஆளுக்குக் கிடைத்த இடத்தில் தூங்கினார்கள். எல்லாருக்கும் அடித்துப் போட்டதுபோல் ஒரு மயக்கம்.

பெரிய மசூதியின் பாங்கு எல்லாரையும் எழுப்பிவிட்டது. அதிகாலை நமாசுக்கான அழைப்பு அது. ஆண்கள் எழுந்து உளூ செய்து விட்டு சுபுஹ் தொழுகைக்குத் தயாரானார்கள். பெண்கள் கூடத்தின் உள்பகுதியில் திரண்டார்கள். அப்போது திடீரென மொட்டை மாடியில் சிறிது சலசலப்பு ஏற்பட்டது. அது சத்தமாகவும் பிறகு சண்டையாகவும் மாறியது. ஒருவரையொருவர் அடித்துக்கொள்ளும் சத்தமாகவும் மாற, எல்லாரும் தபதபவென்று மாடிப்படியேறி ஓடினார்கள். மூச்சு வாங்க மேலேறிய தன்வீர், “என்ன, ஏது” என்று கேட்டு பரபரத்தாள். ஆள் ஆளுக்குத் தலையில் அடித்துக்கொண்டு அழ, “யாராது சொல்லித் தொலைங்களேன்” என்று பயத்தின் உச்சியில் பதறினாள் தன்வீர்.

“சலீமா எங்கனு தெரியல, இங்கதா தூங்கினா, முழிச்சி பார்த்தா காணோம்” என்று சலீமாவின் அம்மா சொல்ல, தலையில் இடி விழுந்தது போல் அப்படியே உட்கார்ந்துவிட்டாள் தன்வீர்.

“ஊரைக்கூட்டி, சொந்தபந்தங்களுக்குச் சொல்லி, லட்சம் லட்சமாய்ச் செலவு செய்து இப்படி மூக்கறுத்து ஒக்கார வச்சீட்டிங்களே! உன்கிட்ட கேட்டுதானே கல்யாணத்துக்கு தேதி குறிச்சேன், ஏதாச்சும் பிரச்னைனா அன்னிக்கே சொல்லி இருக்கலாமே, இப்படி மூளியாக்கி நாசம் பண்ணிட்டிங்களே” என்று சுவரில் முட்டிக்கொண்டு அழுதாள் தன்வீர். “ஐயோ, அவ இப்படி பண்ணுவானு எனக்குத் தெரியாதே, ஏதோ வயசுக் கோளாறு காலேஜ் பசங்க கூட போறா, வர்றானு நெனச்சோம், இப்படி லெட்டர் எழுதி வச்சிட்டு போய்டுவானு எங்களுக்குத் தெரியாதே” என்று சலீமாவின் அம்மா சொல்ல பாய்ந்து எழுந்த தன்வீர், “ஊர்மேஞ்ச கழுதைய என் தம்பிக்குக் கொடுக்க திட்டம்

போட்டியாடி” என்று கொண்டையைப் பிடித்து இழுத்துக் கீழே தள்ளினாள். அவர்கள் நிலைதடுமாறிப் படிக்கட்டில் உருள, நின்றிருந்த பெண்கள் அலறி ஆளுக்கொரு திசையில் ஓடினர். கீழே ஆண்களும் ஆளுக்கொருவர் திட்டிக்கொள்ள நிலைமை கைமீறிப் போனது.

ஆத்திரம், அழுகை, திட்டு, அடி, ரத்தம் என்று எல்லாம் முடிந்து ஒவ்வொருவரும் தளர்ந்து அப்படியே தொய்ந்து விழுந்தனர். விஷயம் பெரிய மசூதி ஆட்களுக்குச் சென்றது. அவர்கள் வீடுதேடி வந்துவிட்டனர். பிரியாணிக்கு ஆடு அறுத்தவர்கள் அடுத்து என்ன செய்வதென்று தெரியாமல் கையைப் பிசைந்தனர். தன்வீர் பக்கத்தில் தலையைக் குனிந்தபடி அமர்ந்திருந்தான் அன்வர். சுவரில் ஒருகாலை மடித்தும் உதறியும் நிலையில்லாமல் நின்றுகொண்டிருந்தான் அப்பாஸ். இனி செய்வதற்கு ஒன்றுமில்லை, பீடியை உறிஞ்ச ஆரம்பித்து விட்டார் குச்சுபாய். சலீமாவின் குடும்பத்தினர் தண்டனையை ஏற்றுக்கொள்ள தயார் என்பதுபோல் கையைக் கட்டிக்கொண்டு விசும்பியபடி நின்றனர்.

தொண்டையைச் செருமியபடிப் பேச்சைத் தொடங்கினார் ஜமாலுதீன் பாய், பெரிய மசூதியின் பாங்கு ஓதுபவர் அவர்தான். “விருப்பம் இல்லாத பொண்ணைக் கட்டச்சொல்லி குரான்ல சொல்லல, அவள கேக்காம இந்த நிக்காஹ்வை செய்ய நெனச்சதே உங்க தப்பு. ஆள்ஆளுக்கு கொற சொல்லிக்கிறதால ஒண்ணும் ஆகப்போறது இல்ல. கல்யாணம் நின்னு போனதா நீங்க பாக்குறீங்க, யாரை யார்கூட ஜோடி சேக்கணும்னு அல்லாவுக்குத் தெரியும்னு நான் நெனக்கிறேன்” என்று சொல்லி இடைவெளி விட்டார். “சலீமா வீட்டு ஆளுங்கள திட்றதாலேயோ, அடிக்கிறதாலேயோ நின்னுபோன நிக்காஹ் நடந்துடும்னு நெனக்கிறியா, அடுத்து என்ன பண்றதா உத்தேசம்” என்று தன்வீரிடம் கேள்வி எழுப்பினார். “நா எதுவும் சொல்ற நெலமைல இல்ல, என் வவுத்துல பொறந்த புள்ளைக்கும் என்னால பொண்ண பார்த்துக் கட்டிவைக்க முடியல, நா பெறாத புள்ளைக்கும் பொண்ண பார்த்துக் கட்டிவைக்க முடியல, இனி நா எதுவும் செய்றதா இல்ல” என்று சொல்லி அழுதாள்.

“குச்சுபாய் நீங்க என்ன சொல்றீங்க” என்று கேட்க அவர் பதில் சொல்லாமல் தலையை இடமும் வலமுமாக ஆட்டினார். “இவங்கதான் நொந்துபோய் இருக்காங்க, நீயாச்சும் ஏதாச்சும் சொல்லேன்பா” என்று அப்பாசிடம் பேசினார் ஜமாலுதீன் பாய். “எங்ககிட்ட கேக்குறதவிட மாப்பிள்ளை அன்வர்கிட்ட கேளுங்க, அவன்தான் பாதிக்கப்பட்டவன்” என்று சொன்னான் அப்பாஸ்.

இதைக்கேட்டு தலையை உயர்த்திய அன்வர் மூக்கை உறிஞ்சி, "நானோ எங்க அக்காவோ எந்த தப்பும் பண்ணாதப்போ நாங்க எதுக்கு அழணும்" என்றான். "எனக்கு கல்யாணம் பண்ணி பாக்க எங்க அக்கா ஆசைப்பட்டா, கொணவட்டத்துல இப்படி ஒரு கல்யாணம் நடந்தது இல்லனு சொல்ற அளவுக்கு ஏற்பாடு செஞ்சா, அவ ஆசைல சலீமா மண்ணள்ளிப் போட்டாலும், நா போட விரும்பல. இதே தேதில இன்னிக்கே நா கல்யாணம் பண்ணிக்க ஆசைப்பட்றேன். எங்க அக்காவுக்கு அதா நான் தர்ற நிம்மதி" என்றான்.

இதைக்கேட்ட ஜமாலுதீன், "நல்ல முடிவுதான் எடுத்து இருக்க அன்வர்" என்று பாராட்டிவிட்டு தன்வீர் பக்கம் திரும்பி, "என்ன சொல்ற தன்வீர் உங்க சொந்தத்துல யார் இருக்கா, யாரையாச்சும் நீ நெனச்சு இருக்கியா" என்று கேள்வி எழுப்பினார். "என் கணக்குதான் தப்பா போய்டுச்சே, இன்னொருமுறை யார் வாழ்க்கையையும் நான் சோதிக்க விரும்பல, நானும் அசிங்கப் பட்டுக்க விரும்பல, அன்வர் என்ன சொல்றானோ, அதுவே நடக்கட்டும்" என்று அமைதியானாள். "நீ என்னபா சொல்ற" என்று ஜமாலுதீன் பாய் கேட்க, சில நிமிடங்கள் எதுவும் பேசாமல் அமர்ந்திருந்தான் அன்வர். ஒட்டுமொத்த வீடே உறைந்தது போல் காணப்பட்டது. மூச்சுவிடும் ஒலி துல்லியமாகக் கேட்டது.

"நான் தபசும்மைக் கட்டிக்க விரும்புறேன், அவகிட்ட ஒருவார்த்தை கேட்டுக்குங்க" என்றான். எல்லாரும் ஆச்சர்யத்திலும் அதிர்ச்சியிலும் ஆழ்ந்தனர். ஆஹ் என்ற ஒலியும், ஒருவருக்கொருவர் முணுமுணுப்பாகப் பேசிக்கொள்ளும் ஒலியும் எழும்ப அந்தக் கூடமே பல்வேறுபட்ட உணர்வுகளால் நிறைந்து வழிந்தது. அப்பாஸ் சுவரில்பட்ட பந்துபோல தடாலென்று முன்னால் வந்து நின்றான். அவன் காலடியில் அமர்ந்திருந்த கௌஹர், வாயைப் பொத்திக்கொண்டு அழ ஆரம்பித்தாள். "தபசும் எங்கே, கூப்பிடுங்க" என்று ஜமாலுதீன் குரல் எழுப்பினார். நிலைப்படியைப் பிடித்துக்கொண்டு கதவுக்குப் பின்னால் நின்றிருந்த தபசும், என்ன நடக்கிறது என்று புரியாமல் விழித்தபடி முன்னால் வந்தாள். "இந்தமாதிரி எல்லாரும் இருக்க ஒரு பொண்ண கூப்பிட்டு, சம்மதமானு கேக்குறது நம்ப பழக்கம் இல்ல, ஆனாலும் இன்னிக்கு நடந்தது ஒரு அசம்பாவிதம். இந்தநொடி இன்னொரு தப்பு நடக்கக்கூடாதுனு நான் நெனக்கிறேன். உனக்கு விருப்பமா, அன்வரை கட்டிக்கிறியா" என்றார்.

கௌஹரைப் பார்த்தாள், அப்பாசைப் பார்த்தாள், தன்வீரைப் பார்த்தாள் என்ன சொல்வது என்று தெரியாமல் அமைதியாக நின்றாள் தபசும். அவள் சொல்லப்போகிற

பதிலுக்காக அனைவரும் அவள் முகத்தையே உற்றுப் பார்த்தனர். தன்வீரை உற்றுப்பார்த்த தபசும், தன்வீரின் முகத்தில் தெரிந்தது எந்தமாதிரியான உணர்ச்சி என்பதைப் புரிந்துகொள்ள திணறினாள். கண்களைச் சுழற்றிய தபசும், சமையல்கட்டின் பக்கவாட்டு அறையில் தொங்கவிடப்பட்டிருந்த, அவள் கட்டிய சிவிங்கம்பூ சேராவைப் பார்த்தாள். குனிந்து கீழுதட்டைப் பற்களால் மெல்லக் கடித்தபடி விசும்பல் ஒலியுடன் ஒப்புதல் என்பது போல் தலையை ஆட்டினாள். "வாயைத் திறந்து சொல்லுமா? மனசுல என்ன இருக்குன்னு அப்போதான் தெரியும், தலைய ஆட்டுறத வச்சி எந்த முடிவும் எடுக்க முடியாது" என்று உறுதியான குரலில் ஜமாலுதீன் கூறினார்.

நுஷ்ரத் வந்து தபசும் பின்னால் நின்று பேசு என்பது போல் முதுகில் லேசாக உந்தித் தள்ளினாள். "கட்டிக்கிறேன்" என்ற வார்த்தை தபசும் வாயிலிருந்து வந்தது. உடனே நுஷ்ரத், கௌஹர் இருவரும் தபசுமைக் கட்டிக்கொண்டு அழுதனர். "ஆகட்டும், வேலை நடக்கட்டும், கல்யாண வேலையை பாருங்க" என்று சொல்லிவிட்டு ஜமாலுதீன் பாய் எழுந்து வெளியில் நடந்தார். அப்பாஸ் மெதுவாக அம்மா தன்வீர் பக்கம் வந்தமர்ந்து "அம்மா, அம்மா, என்னம்மா அமைதியா இருக்க, நீ எதுவும் சொல்லல" என்று கேட்க ஒன்றும் பேசாமல் எச்சிலைக் கூட்டி விழுங்கித் தலையை ஆட்டினாள்.

சலீமா வீட்டினர் ஒவ்வொருவராக எதுவும் சொல்லாமல் வெளியில் செல்லலாயினர். அன்வர் அவன் அறைக்குச் சென்றான். குச்சுபாய் வாசலுக்குச் சென்று பீடி இழுக்கத் துவங்கினார். பிரியாணி செய்பவர்கள் தன்வீரிடம் வந்து, "முன்கால் கறி எடுத்து தனியா பிரியாணி செய்ய சொன்னீங்க, இப்போ செய்யவா, வேண்டாமா" என்று கேட்டார்கள். தன்வீர் அமைதியாக தபசும்மைப் பார்த்தாள். தபசும் தொண்டையைச் செறுமியபடி "செய்யுங்க" என்று கூறினாள்.

•

ஹவில்தார் குப்புலிங்கம்

பைக்கை நிறுத்திவிட்டு ஏடிஎம்-க்குள் செல்ல முயன்றபோது அதன் ஷட்டர் பாதி மூடப்பட்டிருந்தது. பணம் நிரப்புறாங்க சார், வெயிட் பண்ணுங்க என்றார் வாட்ச்மேன். பர்சில் இருந்து ஏடிஎம் கார்டை எடுத்துக் கையில் வைத்துத் தட்டியபடி நின்றேன். ஷட்டர் உயர்த்தப் பட்டதும், உள்ளே இருந்து பெரிய துப்பாக்கி களைத் தூக்கிக்கொண்டு வெளியே வந்த இரண்டு பேரில் ஒருவரைப் பார்த்ததும் அதிர்ச்சியும் ஆச்சர்யமும் ஒலிக்க "ஹவில்தார் குப்புலிங்கம்" என்று கூவிவிட்டேன். அவரும் அதிர்ந்துபோய் என்னைப் பார்க்க, "அண்ணா என்னை தெரியல? நான்தான் இஸ்மாயில்" என்றேன். "எப்படி இருக்கீங்க, எங்க இருக்கீங்க, எவ்ளோ நாள் ஆச்சு" என்று அடுத்தடுத்துக் கேள்விகளைக் கேட்டுக்கொண்டே அருகில் சென்றேன். கண்கள் சுருங்க, மூக்கை உறிஞ்சியபடி, "ஓ! இஸ்மாயிலா," என்றபடி "இருக்கேன்பா" என்று சொல்லிவிட்டு, "நான் இப்போ யார்கிட்டயும் பேசக்கூடாது, ட்யூட்டில இருக்கேன், அப்புறம் பார்க்கலாம்" என்று அவசரமாக வண்டி யில் ஏற, என்னை உரசியபடி அந்த வண்டி சென்றுவிட்டது.

எனக்கு ஒன்றுமே புரியவில்லை. எப்படி இருந்த அண்ணா, ஏன் என்கிட்ட ஒரு வார்த்தையும் பேசல,

கடைசியாக அவரைப் பார்த்த அன்று என்ன நடந்து இருக்கும் என்று அப்போது சரியாகப் புரிந்துகொள்ளாவிட்டாலும், இத்தனை வருடங்களில் அது தெளிவாக விளங்குகிறது. அதற்கு இவர் என்ன செய்வார் என்ற யோசனைகள் மண்டையைச் சூடாக்கின. ஏடிஎம்–மில் பணத்தை எடுத்துக்கொண்டு நேராக சாம்சன் கடைக்குச் சென்றேன். அங்கு ஒரு பைக்குக்கு பஞ்சர் போட்டுக்கொண்டிருந்த சாம்சனிடம், ஹவில்தார் குப்புலிங்கத்தைப் பார்த்ததைச் சொன்னேன். தடாலென்று "எங்கடா பார்த்த? எப்படா பார்த்த? பேசினியா? போன் நம்பர் வாங்கினியா?" என்று கேள்விகளை அடுக்கிக்கொண்டே போனான். "இல்ல மச்சி, வேலைல இருக்கேன், அப்புறம் பேசுறேனு போயிட்டாருடா" என்றேன். "சே, எப்பிடி இருப்பார்ல அண்ணன்? என்னாமா பேசுவாரு, என்னலாம் பண்ணி இருக்கோம், எவ்ளோ கலாட்டா, ஜாலி, நினைச்சுப் பார்த்தா இப்போ கூட குதிக்கணும் போல இருக்குடா" என்று கடைப்பையன் வாங்கி வந்த டீயை உறிஞ்சியபடி சாம்சன் ஆற்றாமையோடு பேசினான்.

அன்றெல்லாம் விடுமுறைக்கு கிறிஸ்டோபர் அண்ணா ஊருக்கு வந்துவிட்டால் ஒரே கொண்டாட்டம்தான். கிறிஸ்துமஸ் பண்டிகைக்கு வரும் அவர் பொங்கல் முடிந்து மீண்டும் செல்வார். ராணுவத்தில் ஹவில்தாராகப் பணியாற்றிக் கொண்டிருந்தார். அவரது உண்மைப் பெயரான கிறிஸ்டோபர் என்பதை எல்லாரும் மறந்துவிட்டோம். எதனாலோ குப்புலிங்கம் என்ற பெயர் அவருக்கு நிலைத்துவிட்டது. சிரித்துப் பேசும் வேளைகளில் குப்புலிங்கம் என்று சொன்னால் பெரிதாக எடுத்துக்கொள்ள மாட்டார். ஆனால் கோபமான நேரங்களில் அந்த பெயரைச் சொல்லிவிட்டால் போதும், துரத்தித் துரத்தி அடிப்பார். சிறுவர்கள் தூரப்போய் நின்று "ஹவில்தார் குப்புலிங்கம் டோய்" என்று கத்திவிட்டு ஓடுவதை வாடிக்கையாக வைத்திருந்தனர்.

பல்லாவரம் ரயில் நிலையத்திலிருந்து இடதுபுறம் திரும்பினால் மலையடிவாரத்தில் வந்து முட்டி நிற்கும் இடம் பெரியார் நகர். அதில் நாங்கள் ஒரு கேங். பாலாஜி, குண்டு பாலாஜி, மகேஷ், வேலு, முனுசாமி, சூப் சந்திரன், சாம்சன் என்று பெரிய பட்டாளம் அது. விடுமுறைக் காலத்தில் கிறிஸ்டோபர் அண்ணாதான் கேங் லீடர். கிறிஸ்துமஸ் இரவு அன்று பல்லாவரம் பெரிய சர்ச்சுக்குப் போவோம். கூட்டத்தில் வெறுமனே சுற்றிவந்து கேக் தின்றபடி அவ்வப்போது பெண்களாக பார்த்து ஹாப்பி கிறிஸ்துமஸ் என்று சொல்வோம். மற்றபடி யேசுவுக்கும் எங்களுக்கும் யாதொரு சம்பந்தமும் இல்லை.

லஷ்மி தியேட்டர் எதிரில் பெங்களூருவைச் சேர்ந்த அண்ணன்–தம்பிகள் ரெண்டு பேர் பேக்கரி ஒன்றைத் திறந்திருந்தார்கள். கர்நாடகா பிரச்சினை கொழுந்துவிட்டெரிந்த நேரம், அதைச் சாக்காக வைத்துக்கொண்டு கிறிஸ்டோபர் அண்ணா தலைமையில் கடையைச் சூறையாடி இனிப்புகளை முடிந்தவரை அள்ளிக்கொண்டோம். உள்ளே பூரணம் வைத்து உருண்டை வடிவிலிருந்த இனிப்பு பணியாரத்தின் விலை நாற்பது ரூபாய். அதனைக் குறிவைத்து அப்படியே கூடையோடு எடுத்து வந்தோம். அன்று இரவு முழுவதும் பார்த்தவர்கள் எல்லாருக்கும் இனிப்புகள் வழங்கியபடி ஹாப்பி கிறிஸ்துமஸ் சொல்லியவர்களாய்த் தின்று தீர்த்தோம்.

ஒவ்வொரு முறை வரும்போதும் ஏதாவது ஒரு புதுக்கதையோடு வருவார் கிறிஸ்டோபர் அண்ணா. வீட்டுச் சுற்றுச்சுவரில் அமர்ந்தபடிக் காலாட்டிக்கொண்டே அவர் சொல்லும் கதைகளைக் கேட்க நேரம் போவதே தெரியாது. எந்த மாநிலத்துக்காரன், எந்த மாதிரி பேசுவான், உயர் அதிகாரிகளின் முட்டாள்தனமான முடிவுகள் என்று அவர் சொல்லும்போது நாமே ராணுவத்தில் சேர்ந்தது போல் இருக்கும். மாலை நேரத்தில் ஆரம்பிக்கும் எங்கள் ஜமா, நள்ளிரவுவரை போகும். ஜேம்ஸ் பாண்ட் படங்களில் வருவது போன்று பொம்மைத் துப்பாக்கியைக் கைகளில் லாவகமாக சுழற்றிக் காட்டுவது பார்ப்பதற்குச் சாகசம் போல் இருக்கும்.

ஒருசமயம், இருட்டில் பேசிக்கொண்டிருந்த எங்களிடம், “இப்போ இங்க வவ்வால் இருக்கா, இல்லையா எப்படி கண்டுபிடிப்ப?” என்று என் பக்கத்தில் நின்றிருந்த வினோத்திடம் கேட்டார். தெரியலையே என்று ஆர்வம் பொங்கச் சொன்னான் வினோத். உடனே கையில் இருந்த வேர்க்கடலையை ஒரே வாயில் போட்டுக் காகிதத்தைச் சுருட்டித் தலைக்கு மேலே வேகமாக விட்டெறிந்தார். எங்கிருந்தோ சில வவ்வால்கள் கணநேரத்தில் தலைக்கு மேலே குறுக்கும் நெடுக்குமாய்க் கடந்து போயின. அதனைப் பார்த்த எங்களுக்கு ஆச்சர்யம் தாங்கவில்லை. இப்படி ஏதாவது ஒன்றைச் சொல்லியபடியும் செய்தபடியும் ஹவில்தார் குப்புலிங்கம் எங்களுக்கு உற்சாகமூட்டும் நபராக இருந்தார்.

பல்லாவரம் மிலிட்டரி கேண்டீனுக்கு முதல்முதலாக அவருடன்தான் சென்றேன். ஹார்லிக்ஸ், பருப்பு, சர்க்கரை என்று ஏராளமான மளிகைச் சாமான்கள், கூடவே ஒரு பை நிறைய மதுபாட்டில்கள், எல்லாமே சல்லிசான விலையில். அன்றிரவு முதல்முறையாக ஓல்டு மாங் ரம்’மை எங்களுக்கு அறிமுகம் செய்து வைத்தார். கூடவே மாட்டுக்கறியும். வித்தியாசமான

அந்த பாட்டிலின் வடிவமும் நெஞ்சு எரிச்சலை ஏற்படுத்திய அந்த முதல் மிடறும் இன்றளவும் ஞாபகத்தில் இருக்கிறது. குடித்துவிட்டால் இந்தி பாடல்கள்தான் அண்ணனிடம், அதுவும் தப்புத் தப்பாக. சிக்கன் பகோடாவுக்காக அதற்குத் தாளம் போட்டதும் உண்டு.

பல்லாவரத்திற்கும் மீனம்பாக்கத்திற்கும் இடைப்பட்ட நெடுஞ்சாலை ஓரத்தில் இரவு நேரத்தில் திருநங்கைகள் ஏன் நின்றுகொண்டிருக்கிறார்கள் என்ற என்னுடைய நீண்டநாள் யோசனைக்கும் ஒருநாள் செயல் விளக்கம் அளித்தார் ஹவில்தார். அன்று குமட்டிக் குமட்டி வாந்தி எடுத்தேன். "ராணுவத்துல இதெல்லாம் சகஜம்டா, இன்னும் சொல்லப்போனா ஆத்திரத்துக்கு ஆம்பளையாவது, பொம்பளையாவது" என்று அவர் சொன்னபோது, அன்று இரவு தனியாக அவருடன் வீடு திரும்புவதற்குள் எனக்குத் தொண்டைத் தண்ணி வற்றிவிட்டது.

கிறிஸ்டோபர் அண்ணாவின் தாயார், பார்ப்பதற்கு நீர் ஊற்றிவைக்கும் தொட்டி போலிருப்பார். கிறிஸ்துவர்களாக இருந்தாலும், பெரிய பொட்டு வைத்திருப்பார். அண்ணாவுக்கு அந்த விடுமுறையில் கல்யாணம் நிச்சயமாகியிருந்தது. அவர்களுக்கு சொந்த ஊர், திருநெல்வேலியின் ஏதோ ஒரு குக்கிராமம். திருமணத்திற்குச் செல்வதற்கு முன்னர், எங்கள் எல்லாருக்கும் பெரிய விருந்து கொடுத்தார். முகம் கொள்ளாத சிரிப்பு. மூக்கை உறிஞ்சி உறிஞ்சிப் பேசும் அவரது ஸ்டைல் அன்று கூடுதல் அழகாகத் தெரிந்தது. எங்கள் நான்காவது தெருவில் இருந்த அத்தனை இளவட்டங்களுக்கும் அன்று உற்சாகம் கொப்பளித்த நாள். அண்ணனின் சிரிப்பு தெருமுனையைத் தாண்டியும் கேட்டது.

ஒருவாரம் கழித்து ஊருக்குத் திரும்பினார். வழக்கம்போல், "குட்மார்னிங் குப்புலிங்கம்" என்று நான் எழுப்பிய குரலுக்கு, திரும்பிப் பார்த்துவிட்டு எதுவும் பேசாமல் பல் விளக்க ஆரம்பித்தார். அடுத்தடுத்த தினங்களில் எங்களுடன் அவர் நேரம் செலவிடுவது முற்றிலுமாகக் குறைந்துவிட்டது. குப்புலிங்கம் அண்ணாவின் மனைவி பெயர் ஏஞ்சலின். ஆனால் அவரை யாருமே வெளியில் பார்க்கவில்லை. "ஊருக்கு புதுசுல, அதா, பழகிட்டா சரியாகிடும்" என்று என் அம்மாவிடம், குப்புலிங்கம் அண்ணாவின் அம்மா சொல்லிக்கொண்டிருந்ததையும் கேட்டேன். நான்காவது நாள் பொழுது விடிந்தபோது எங்கள் தெருவே வித்தியாசமாக இருந்தது. என் அம்மா உட்பட பெண்கள் எல்லாரும் அங்கங்கு கும்பலாக நின்று பேசிக்கொண் டிருந்தார்கள். குப்புலிங்கம் அண்ணாவின் அம்மா அழுது

க. அரவிந்த் குமார்

அரற்றியபடித் தரையில் விழுந்து கிடந்தார். எங்களுக்கு ஒன்றுமே புரியவில்லை.

அண்ணாவைத் தேடி வீட்டுக்குள் சென்றபோது, அவர் கதவைத் திறக்கவே இல்லை. ஜன்னலும் மூடப்பட்டிருந்தது. ரொம்ப நேரம் காத்திருந்து விட்டு நாங்கள் திரும்பிவிட்டோம். இரவோடு இரவாக கிறிஸ்டோபர் அண்ணாவின் வீடு காலி செய்யப்பட்டுவிட்டது. அதற்குப் பிறகு பார்க்கவே இல்லை. ஆளுக்கொரு திசையில் நாங்களும் பிரிந்துவிட்டோம். நாங்கள் பெருங்களத்தூர் வந்து செட்டில் ஆகிவிட்டோம். அப்போது ஒருநாள் மார்க்கெட்டிற்கு அம்மாவுடன் செல்லும்போது ஏஞ்சலின் அக்காவைப் பார்த்தோம். அம்மாதான் ஏஞ்சலின் கையைப் பிடித்து நீண்ட நேரம் பேசிக்கொண்டிருந்தார். நான் வெயிலுக்கு அஞ்சி மாம்பழக் கடைவாசலில் இருந்த கீற்றுக் கொட்டகையில் நின்று பார்த்தேன். அடிக்கடி ஏஞ்சலின் அக்கா கண்களைக் கசக்குவதும், அம்மா அவரின் தோளைத் தட்டுவதும் தெரிந்தது. பிறகு சிரித்தபடி அக்கா கடந்துசென்றார். போகும்போது என்னையும் ஒருமுறை பார்த்துவிட்டுச் சென்றார். திரும்பி வரும்வழியில் ஏஞ்சலின் அக்காவுக்கு இரண்டாவது திருமணம் நடைபெற்றதையும், தற்போது இரண்டு குழந்தைகள் உள்ளதாகவும் அம்மா போகிற போக்கில் சொல்லிச் சென்றார்.

இதோ இன்று நான் யாரைப் பார்த்தேன்?

நிஜத்துப்பாக்கியை விரைப்பாகப் பிடித்தபடி நின்ற கிறிஸ்டோபர் அண்ணாவும், பொம்மைத் துப்பாக்கியைச் சுழற்றிச் சாகசம் காட்டும் ஹவில்தார் குப்புலிங்கம் அண்ணாவும் கண்முன்னால் வந்து போனார்கள் ...

●

வேதகிரியின் சங்கு

ஈகை ரத்தினாபுரம் என்று சொன்னால் நிறைய பேருக்குத் தெரியாது. ஆனால் ஈமோடு என்று சொன்னால் அந்த ஊருக்கு வழிகாட்டுவார்கள். பேச்சுவழக்கில் ஈகை ரத்தினாபுரம் ஈமோடாக மாறிப் பல்லாண்டுகள் ஆகிவிட்டன. திருக்கழுகுன்றம் மலையிலிருந்து பார்த்தால் முதலில் தெரிவது முள்ளிகுளத்தூர். அதனையொட்டிப் பரந்து விரிந்த ஏரியைப் பனைமரங்கள் காவல்காக்க சுற்றிலும் புகை மண்டிய குடிசை வீடுகளாகத் தெரிவது ஈகை ரத்தினாபுரம்.

ஏரிக்கரைச் சரிவில் ஓட்டமும் நடையுமாக ஓய் ஓய் என்று மாடுகளை விரட்டியபடி வந்தான் மகாதேவன். நீ என்ன கத்துவது, நான் என் இஷ்டப்படிதான் நடப்பேன் என்று அவன் குரலைக் கண்டுகொள்ளாமல் அசைபோடுவது போல மெதுவாக நடைபோட்டன மாடுகள். "சொல்லிட்டே இருக்கேன், நடக்குதுங்களா பாரு, ஏய், சொன்னா கேக்க மாட்ட" என்று வாலைப் பிடித்து முறுக்கினான். பக்கத்திலிருந்த செவலை ஒன்று வாலைச் சுழற்றி மகாதேவனின் இடுப்பில் அடித்தது. ஏற்கெனவே புழுதி படிந்திருந்த வேட்டியில் சாணி அப்படியே ஒட்டிக்கொண்டது. "சரிதான், இன்னிக்கு வீட்ல என்ன கெடைக்கப் போகுதுனு இதுங்க சொல்லுது போல" என்று சிரித்தபடியே மாடுகளை ஆத்துப்படுத்திக்கிட்டே மேட்டு ஈகையைத் தாண்டிப் பள்ள ஈகை வழியாக நத்தம் கரியச்சேரிக்குள் கால்பதித்தான்.

க. அரவிந்த் குமார்

கொட்டாங்குச்சியைக் கவிழ்த்தாற்போன்று பனையோலைகள் வேயப்பட்ட குடிசை. நன்றாக இடுப்பை வளைத்துக் குனிந்துதான் உள்ளே போக முடியும். வாசலில் இடதுபக்கம் திண்ணை, வலதுபக்கம் சாணிமெழுகிய மண்சுவர் மறைப்பு. அதுதான் சமையல்கட்டு. ஊதாங்குழலால் மூச்சை இழுத்துப் பிடித்து அடுப்பில் மூன்றுமுறை ஊதினாள் கல்லியம்மா. மரத்துண்டு ஈரமாக இருந்ததால் புகைமூட்டம் வலுவாக எழுந்தது. ஆசாரிகிட்ட கேட்டு வாங்கி வந்த வால்தூள் எடுத்து அடுப்பில் போட பக்கென்று சத்தத்துடன் நெருப்பு பற்றிக்கொண்டது. வேகவைத்த பலாக்கொட்டைகளைக் கொதிக்கின்ற குழம்பில் போட்டுத் தட்டு எடுத்து அதனை மூடிவிட்டு வெளியே வரவும், மகாதேவன் மாடுகளை ஓட்டியபடி வீட்டுக்குள் வரவும் சரியாக இருந்தது.

“போனா போன இடம், வந்தா வந்த இடம், நேரம் காலம்னு ஒன்னு கெடையாது, இன்னிக்கு சீக்கிரம் வந்து சேரு, நெறய வேல இருக்குனு சொன்னேன்ல, மாடு மாதிரி மண்டைய மண்டைய ஆட்டின, இவ்ளோ நேரம் கழிச்சு வந்து நிக்குற” என்று இடுப்பில் கைவத்து நின்றபடி பொரிந்துதள்ளினாள் கல்லியம்மா.

“கள்ளு குடிச்சிட்டு மல்லாந்துட்டியா,” என்று சந்தேகத்துடன் கேட்டாள்.

தோளில் கிடந்த இரண்டு பனங்குலையைக் கீழே தொப்பென்று போட்டு, “ஏய் சத்தியமா இல்ல. கரை முழுக்க விழுந்து கெடந்தது, அதான் எடுத்துட்டு வந்தேன், நான் எந்த கள்ளையும் குடிக்கல்லமா” என்று கல்லியம்மாவின் தலையில் சத்தியம் செய்வது போன்று மடாரென்று அடித்தான்.

“அதானே பார்த்தேன், விடிஞ்சா கோயிலுக்கு போகணும்ன்ற நெனப்பு இல்லாம போச்சோனு பயந்துட்டேன்” என்று அவனை இடதுகையால் தள்ளிவிட்டுப் பனங்குலையைத் தட்டிப் பார்த்து விட்டு “ரெண்டு நாள் கழிச்சி மூட்டம் போட்டா பழுத்துடும்னு நெனக்கிறேன்” என்று சொல்லியபடியே திண்ணையில் ஒதுக்கி வைத்தாள். அப்படியே வாசலிலிருந்து நாலெட்டுத் தொலைவில் வேப்ப மரத்தடியில் செங்கற்களை நிற்க வைத்துக் களிமண்ணும் சாணியும் கலந்து பூசிய கோழிக் கூண்டுக்குள் குனிந்து பார்த்தாள். ஒன்னு, ரெண்டு என்று வாய்விட்டு எண்ணியபடி “எல்லா சரியா இருக்கு” என்று கூறியபடியே பின்னால் மாட்டுத் தொழுவத்திற்குப் போனாள். அதற்குள் ஓட்டி வந்த மாடுகளை தொழுவத்தில் சவுக்கு நீட்டுகளில் கட்டிக்கொண்டிருந்தான் மகாதேவன்.

“யோவ், செனை மாட்டை நடுவுல வுடாத, மத்ததங்க முட்ட போகுது, இந்த மூலையில் கட்டு” என்று கயிற்றைத் தூக்கிப் போட்டு மாட்டின் வாலைத் தூக்கிப் பின்புறத்தைப் பார்த்தாள். இழுத்துப் பார்த்தால் கம்பி பதத்திற்குச் சளி போன்று ஜவ்வாக ஏதோ வழிந்தது. “நாளக்கி இன்னேரம் கன்னு ஈனும்னு நெனக்கிறேன், அங்கம்மா சீம்பால் கேட்டிருந்தா, அவள வர சொல்லணும்” என்று சொல்லியபடியே மாட்டின் முதுகை லேசாக வருடிவிட்டாள்.

“இந்த வூட்ல, கோழி அடைகாக்குது, மாடு செனைதட்டி நிக்குது, எனக்குதான் ஒன்னும் வாய்க்க மாட்டேங்குது, என்ன பாவம் பண்ணேனோ, எல்லார் வாயிலயும் விழுந்து எழுறேன், சீம்பால் வாங்க வர்றாளுங்க, புள்ளைய கண்ணுல காட்ட மாட்றாளுங்க, என் வூட்லயும் ஒரு புள்ளை இருந்தா, இப்படிலா பண்ணுவாளுங்களா” என்று கண்கலங்கினாள். “என்ன கல்லிமா, இப்படியே சொல்லிட்டு இருந்தா, நமக்குனு நேரம்–காலம் வரணும், நம்மளையும் ஆத்தா–அப்பன்னு சொல்ல புள்ளங்க இந்த வாசல் முச்சூடும் நெறஞ்சி கெடக்கதா போகுதுங்க” என்று ஆதுரமாக அவள் தோளைத் தடவினான். சற்று நேரம் அமைதியாக நின்றவள், மூக்கை இழுத்து உறிஞ்சி மோப்பம் பிடித்து, “கொழம்பு கொதிச்சிடுச்சி போல, இறக்கினா சரியா இருக்கும்” என்று வேகமாக அடுப்பை நோக்கி ஓடினாள்.

கருங்கல் பாவிய தட்டிகளால் மறைக்கப்பட்ட தடுக்கில் நின்றபடிக் குளித்து முடித்துச் சாப்பிட அமர்ந்தான் மகாதேவன். பக்கத்தில் அமர்ந்த அவனுடைய அம்மா ஏகாத்தாவிடம், “நானும் கல்லிம்மாவும் நாளைக்குக் காலையிலேயே கோயிலுக்குப் போறோம், நீ மாடுகளுக்கு மறக்காம தண்ணி காட்டிடு, மேய்ச்சலுக்கு விட வேணாம், வைக்கோல் இருக்கு, அது போதும்” என்று சொல்லியபடியே பலாக்கொட்டைக் குழம்பைத் துவையலோடு சேர்த்து வரகு அரிசிச் சோற்றில் குழைத்துச் சாப்பிட்டான். “டேய், உன்னையும் நாந்தா வளர்த்தேன்; இந்த மாடுகளையும் நாந்தான் வளர்த்தேன், எங்கிட்டயே சொல்றியா, உருப்படியா கோயிலுக்கு போயிட்டு வாங்க, அடுத்த வருஷமாச்சும் இந்த வூட்ல கொழந்த சத்தம் கேக்கட்டும்” என்று அதட்டல் போட, சத்தமின்றி சாப்பிட்டு எழுந்தான் மகாதேவன்.

பாத்திரங்களை ஒழித்துவிட்டு நேரத்தோடு படுக்கைக்கு வந்த கல்லியம்மா, “வூரு பேசுறதவிட உங்கம்மா பேசுறதுதான் ரொம்ப வலிக்குது” என்று சுவரைப் பார்த்து ஒருக்களித்துப் படுத்தாள். அதற்கு என்ன பதில் சொல்வது என்று தெரியாமல் கூரையையும்

அதனைத் தாங்கிப் பிடிக்கும் பனைமரத் துண்டுகளையும் பார்த்தவாறு மெல்ல தூங்கிப் போனான்.

கல்லியம்மா உலுக்கிய பிறகுதான் அசதியில் தூங்கிப் போனது உறைத்தது. அதற்குள்ளாகக் குளித்து முடித்துத் தயாராகியிருந்தாள் கல்லியம்மா. “எழுந்து குளிச்சிட்டு வாய்யா, இப்போ கௌம்பினாதான் சரியா இருக்கும்” என்று அவசரப்படுத்தினாள். வாரிச்சுருட்டி எழுந்து தபதபவென்று ஓடி, ரெண்டு குவளை தண்ணிய தலையில் கொட்டிக் கொண்டு வேட்டியை எடுத்துக் கட்டித் தயாரானான். கோயில் குளத்தில் முங்கிய பிறகு மாற்றிக்கொள்ள ஆளுக்கொரு துணியை மஞ்சப்பையில் எடுத்துக்கொண்டு கிளம்பினர். வாசலில் போட்டிருந்த கோலத்தை மிதிக்காமல் எட்டிக் கால்வைத்து நடந்தனர் இருவரும். சுருக்கென்று நடந்தால் அரைமணி நேரத்தில் போய்விடலாம் கோயிலுக்கு.

வழிநெடுக எதுவும் பேசாமல் நேராகத் திருக்கழுக்குன்றம் மலையடிவாரக் கோயிலின் கிழக்கு ராஜகோபுரத்தை வந்தடைந்தனர். கோயிலுக்குள் போகாமல் சங்கு தீர்த்த குளத்தின் கரையிலிருந்த நந்தியை வலம் வந்தனர். மகாதேவன் கரையில் அமர்ந்துகொள்ள படித்துறையில் கால்வைத்து இடுப்பளவு நீருக்குள் சென்றாள் கல்லியம்மா. நிமிர்ந்து மலையுச்சியைப் பார்த்தாள். கண்களில் நீர் வழிய “வேதகிரீஸ்வரா, என் பிரச்னை என்னனு உனக்கு தெரியாதாப்பா? குளத்துக்கே சங்கு பொறக்க வைக்கிற, என் வயித்துல ஒரு புள்ளைய தரக்கூடாதா? உன் பேரையே வைக்கிறேன்பா,” என்று சொல்லி முங்கி எழுந்தாள். கரையில் அமர்ந்திருந்த மகாதேவன் ஒன்னு, ரெண்டு, மூனு என்று எண்ணத் துவங்கினான். விடாமல், மூச்சு முட்ட முட்ட முங்கி எழுந்துகொண்டிருந்தாள் கல்லியம்மா. “108 ஆகிடுச்சும்மா” என்று மகாதேவன் குரல் கொடுக்க, தலை லேசாகச் சுற்ற, கண்களில் நீர் கோத்து எரிய, நீருக்குள்ளிருந்து வெளிவந்த கல்லியம்மாள் சமநிலைக்கு வர சிலநிமிடங்கள் ஆனது.

ஈரம் சொட்டச் சொட்ட புடவை காலிடுக்கில் சிக்கிச் சாசாவென்ற ஒலி எழுப்ப கரையேறிய கல்லியம்மாளைத் தொடர்ந்து மூன்றுமுறை நீரில் மூழ்கி எழுந்தான் மகாதேவன். இரண்டு பேரும் கோயிலின் பதினாறு கால் மண்டப தூண்களுக்கு நடுவே உடைமாற்றி வெளிவந்து மலையேறத் தொடங்கினர். நெட்டுக்குத்தாக இருந்த ஒவ்வொரு படிக்கட்டிலும் குனிந்து தொட்டு நெற்றியில் ஒற்றியபடி மேலேறினர். 502 படிக்கட்டுக்களையும் ஏறி முடிக்க ஒருமணி நேரத்திற்கும் மேலானது. மூலவர் வேதகிரீஸ்வரர் – சொக்க நாயகியைத்

தரிசனம் செய்துவிட்டுக் கழுகுப் பாறையருகே வந்து அமர்ந்தனர். இரண்டு பேருக்கும் மூச்சு வாங்கியது. நெற்றியில் வழிந்த வியர்வையில் திருநீறும் குங்குமமும் கலந்து மூக்கின் மீது ரத்தக் கோடாகக் காட்சியளித்தது. வட்டமிடப் போகும் கழுகுக்குப் படைப்பதற்காக ஒவ்வொரு கிண்ணத்திலுமாக எண்ணெய், தண்ணீர், சீயக்காய் தூள், பொங்கல் போன்றவற்றை எடுத்துச் சென்றனர். அப்போது வானில் வட்டமடித்தபடி இரண்டு கழுகுகள் தோன்றின. வெய்யில் கண்களைக் கூசச் செய்ததால் புருவத்தின் மேல் கைகளைக் குவித்தபடி மேலே அண்ணாந்து பார்த்தாள் கல்லியம்மா. அப்போது மிகத் தாழப் பறந்த கழுகின் நிழல் அவள்மேல் படர்ந்து சென்றது. படபடப்பாக வெலவெலத்துப்போன கல்லியம்மா, “என் புள்ளை சங்கு போல வெள்ளையா பொறப்பான், கழுகைப் போல வாழ்க்கைல ஒசரத்துக்குப் போவான்” என்று சொன்னாள். ஆமாம், ஆமாம் என்பதுபோல தலையாட்டினான் மகாதேவன்.

அடுத்த வருஷம் சங்கு தீர்த்த மேளா நடக்குறப்போ அழகான ஒரு ஆம்பள புள்ளைய பெத்தா கல்லியம்மா. ஊரே கண்ணு வைக்குற அளவுக்குக் கொழுகொழுனு, முட்டை முட்டைக் கண்ணா, வெள்ளை வெளேர்னு அப்படி ஒரு அழகு. கல்லியம்மாளையும் மகாதேவனையும் கையில் புடிக்க முடில. சொந்தத்துல இருக்குற எல்லாரையும் கூப்பிட்டுக் கெடா வெட்டி விருந்து போட்டான். சித்திரை குளக்கரை பிள்ளையார்க்கு 108 தேங்காய் உடைச்சான். 3 மாதக் கைக்குழந்தையத் தூக்கிட்டுத் திருக்கழுக்குன்றம் மலையேறிப் போய் சன்னதி வாசலில் குழந்தையைத் தரையில் கிடத்திய கல்லியம்மா, “நீ சொன்ன வாக்க காப்பாத்திட்ட, நான் சொன்ன வாக்க காப்பாத்துறேன்னு குழந்தையின் காதில் வேதகிரி, வேதகிரி, வேதகிரி” என்று மூன்று முறை சொன்னாள். குழந்தை மலர சிரித்தது.

எவ்வளவுக்கெவ்வளவு வேண்டிப் பொறந்த கொழந்தையோ, அதுக்குப் பலமடங்கா “ஏண்டா இப்படி வந்து பொறந்து தொலைச்ச” என்று திட்டாத நாள் கிடையாது வேதகிரிய. சேட்டை என்றால் அப்படி ஒரு சேட்டை. முதல் ஐந்து வருடங்கள் வேதகிரியின் கால் தரையில் பட்டதே கிடையாது. மகாதேவனோ, கல்லியம்மாளோ, ஏகாத்தாளோ, தெருவிலுள்ள யாரோ ஒருவரின் தோளில்தான் வேதகிரி வலம் வருவது. ஆனால் அதற்குப் பிறகு வேதகிரியை யாரும் பிடிக்க முடியவில்லை. வேப்பமரத்தின் உச்சியில் பார்க்கலாம், ஏரிக்கரைப் பனைமரங்களின் உச்சியில் பார்க்கலாம், வழுக்குப்பாறையில் இருந்து நீருக்குள் சர்ரென்று பாயும்போது பார்க்கலாம், மாடுகளை ஓட்டிவரும்போது அதன்மீது சவாரி செய்வதைப் பார்க்கலாம். அவன் கால் இப்போதும்

தரையில் படுவதில்லை. பள்ளிக்கூடம் அனுப்பினாலும் அங்கும் அவன் தங்கவில்லை. வாத்தியாருக்குப் போக்கு காட்டிவிட்டு எங்காவது ஓடிவிடுவான். ஒவ்வோர் ஆண்டும் வாத்தியார் கையில், காலில் விழுந்து அடுத்த வகுப்புக்குத் தேற்றி வந்தார்கள் மகாதேவனும் கல்லியம்மாவும். "ஐந்தாம் வகுப்புவரை நான் பாஸ் பண்ணி விட்டுட்டேன், ஆறாம் வகுப்பில் இருந்து இப்படி தூக்கி போட்றது நடக்காது. தயவுசெய்து அடக்கி ஒடுக்கிப் படிக்க வைங்க" என்ற வாத்தியாரின் அறிவுரை வேதகிரியை எந்தவிதத்திலும் பாதிக்கவில்லை. வழக்கம் போல் அலப்பறைகள் அவன் வாடிக்கையாகிப் போயின.

பன்னிரண்டு வருடங்களுக்கு ஒருமுறை நடக்கும் சங்கு தீர்த்த மேளா அடுத்த மாதம் நடக்கப்போவதாகவும், அதற்காக ஊர்க்கூட்டம் நடக்கவுள்ளதாகவும் அறிவித்துக்கொண்டே வேன் ஒன்று ஊருக்குள் வர, அதன் பின்னால் சிறுவர்கள் கூட்டம் படையெடுத்தது. அதற்குத் தலைமை தாங்கியது வேதகிரி. கும்பாபிஷேகம் குறித்துக் கோயில் அச்சிட்ட மஞ்சள், ரோஸ் நிறத் துண்டு அறிக்கைகளை வேனில் இருந்தவர்கள் தூக்கி எறிய, அதனைப் பிடிக்க சிறுவர்களுக்குள் போட்டா போட்டி. அன்று மாலையே ஏரியில் சிறுவர்கள் முங்கிமுங்கி சங்கு எடுப்பது போல் பாவனை செய்தார்கள். பெரிய கல் ஒன்றைக் கரையிலிருந்து ஏரிக்குள் எறிந்து, அதனை முங்கி எடுப்பதுதான் சங்கு என்று பந்தயம் கட்டி விளையாடினார்கள். எல்லாமுறையும் கல்சங்கை எடுத்தது வேதகிரிதான்.

அன்றும் அப்படித்தான் காலையில் கிளம்பிய வேதகிரி, பள்ளிக்கும் செல்லவில்லை என்று தகவல் வர அவனைத் தேடப் போனான் மகாதேவன். ஏரிக்கரையின் அருகே கள்ளுக்குடித்துக் கொண்டிருந்த சிலர், சுள்ளிகளை ஒடித்துத் தீமூட்டிப் பனம்பழத்தைச் சுட்டுக்கொண்டிருந்தனர். அவர்களின் அருகில் அமர்ந்து அதனை வேடிக்கை பார்த்துக்கொண்டிருந்தான் வேதகிரி. கூடவே கூட்டாளி சுகு. ஒருமணி நேரம் தீயில் வெந்த பனம்பழத்தைப் பிளந்து உள்ளிருக்கும் நார்ப் பகுதியை இழுத்துச் சுவைத்த வேதகிரி கண்சொக்கிப் பனைமரத்தில் சாய்ந்தான். "டேய் உங்க வீட்ல தேடப் போறங்கடா, போடா, பனம்பழம் சாப்பிட்டல்ல, இ! த்தை காலிபண்ணு" என்று கள் குடித்துக்கொண்டிருந்த ஒருவன் சொல்ல, போவதாக மண்டையை ஆட்டிய வேதகிரி, பனம்பழத்தை நல்ல நார் வரும்வரை இழுத்து இழுத்துச் சுவைத்து அதன் சுவையில் அப்படியே பனைமரத்தின் கீழ் சாய்ந்தான்.

ஒருபக்கம் கள் பானை, மறுபக்கம் நாராக விரிந்த பனம்பழம், அரைமயக்கத்தில் வேதகிரி, தூரத்தில் இருந்து இதனைப் பார்த்து

மகாதேவனுக்கு ஆத்திரம் வெறிகொண்டு வந்தது. ஆளுயரம் விளைந்திருந்த காட்டாமணக்குச் செடியை வேரோடு பிடுங்கி வேதகிரியை நோக்கி ஓடிவந்தான். "இந்த வயசுலயே கள்ளு குடிக்கிறயா? ஒத்த புள்ளையாச்சேனு செல்லம் கொடுத்து வளர்த்தா? இப்படி பண்ணுவியா?" என்று கண்மண் தெரியாமல் வேதகிரியை வெளுத்துவாங்கினான் மகாதேவன். இதைப்பார்த்த வேதகிரியின் கூட்டாளி சுகு, கையில் இருந்த பனம்பழத்தோடு ஓட்டம் பிடித்தான்.

கள் குடித்துக்கொண்டிருந்தவர்கள் எல்லாரும் பானைகளைத் தூக்கிப் போட்டுவிட்டு ஓடிவந்து மகாதேவனைத் தடுத்தனர். "என்ன மகாதேவா, சின்ன புள்ளைக்குக் கள்ள ஊத்தி கொடுப்போமா? எங்களுக்குப் புத்தியில்ல? உன் புள்ளை சேட்டை பண்ணுவானே தவிர, தப்பு தண்டா பண்ண மாட்டாம்பா? இது உனக்கு தெரியாதா? நாங்களும்தானே வேதகிரியைத் தூக்கி வளர்த்து இருக்கோம்?" என்று ஆள் ஆளுக்குத் தடுக்க, அவ்வளவு அடி வாங்கியும் ஒரு வார்த்தைக் கூட பதில் பேசாமல், தோள்பட்டையில் பிரம்படி பட்டதால் கொஞ்சம் ரத்தம் கசிந்ததையும் பொருட்படுத்தாமல் மகாதேவனையே வைத்த கண் வாங்காமல் பார்த்துக்கொண்டிருந்தான் வேதகிரி. பிறகு விறுவிறுவென்று ஏரியின் மறுகரை நோக்கி வேகவேகமாக நடக்க ஆரம்பித்தான். "டேய் நில்லுடா, நில்லுடா அப்பா தெரியாம அடிச்சிட்டேன்டா" என்று மகாதேவன் பின்னால் ஓடினான். ஆனால் கால் தரையில் படுகிறதா, இல்லையா என்பது தெரியாத அளவுக்கு கண்முன்னே நடந்துமறைந்தான் வேதகிரி.

சற்றுநேரம் என்ன செய்வது என்று தெரியாமல் வீடுவந்த மகாதேவன் நடந்ததைச் சொல்ல பத்ரகாளியானாள் கல்லியம்மா. "எம்புள்ள குடிப்பானா? எம்புள்ள குடிப்பானாயா? சீ, இதை சொல்ல வெக்கமா இல்ல? அவன் மேல ஒரு மாசு படாதுயா? என்னனு நெனச்ச என் புள்ளைய? எப்படி நீ அடிக்கலாம்?" என்று ருத்ரதாண்டவம் ஆடிவிட்டாள்.

மகாதேவன் ஒருகணம் வெலவெலத்துவிட்டான். கத்தி முடித்து ஆத்திரம் அடங்கித் திண்ணையில் முதுகைச் சாய்த்து விசும்பினாள் கல்லியம்மாள். அவள் அருகில் சென்று ஆறுதல் சொல்லத் தயக்கமாக இருந்ததால் மகாதேவன், வாசலிலேயே நின்றுகொண்டிருந்தான். "என்னமோ தப்பா நெனச்சி அடிச்சிட்டான், பெத்த புள்ளைய அடிக்க அப்பனுக்கு உரிமை இல்லையா? விடு, வேதா எங்கயும் போய் இருக்க மாட்டான், ராவுக்கு வூடு வந்து சேருவான் பாரு" என்று ஆறுதலாகக் கூறினார் மகாதேவனின் அம்மா ஏகாத்தா.

அன்றிரவு ஊரடங்கிய பின்னரும் வேதகிரி வீடு திரும்ப வில்லை. அக்கம்பக்கத்தில் தகவல் தெரியவர, ஆள் ஆளுக்கு ஈகை ரத்தினாபுரம் முழுவதும் தேடினர். வழக்கமாக அவன் செல்லும் ஏரிக்கரை, நண்பர்கள் வீடு என்று எல்லா இடத்திலும் தேடியாகி விட்டது. நேரம் ஆக ஆக மகாதேவனுக்கும் கல்லியம்மாளுக்கும் பதற்றம் தொற்றிக்கொண்டது. “ஊரெல்லாம் சுத்துவானே தவிர, வீட்டுக்கு வராம இருந்தது இல்லையே எம்புள்ள, இன்னிக்கு எங்க போனானு தெரியலேயே” என்று புலம்பியபடியே தெருவுக்கும் வீட்டுக்கும் நடந்துகொண்டிருந்தாள் கல்லியம்மா. நேரம் கடந்ததே தவிர வேதகிரியைக் காணவில்லை. மூவரும் ஒருபொட்டு கண்ணயராமல் தலையில் கைவைத்துக் கொண்டிருந்தனர். பொழுதும் விடிந்தது. தொழுவத்திலிருந்து அவிழ்த்து விடச் சொல்லி மாடுகள் கால்களை மாற்றி மாற்றி வைத்து அரற்றின. கோழிகள் கூண்டுக்குள் இருந்த கதவை அலகால் கொத்தின. கால்களால் மண்ணில் சீண்டிச் சீண்டிக் குரல் எழுப்பின. வேதகிரி ஆசைப்பட்டுச் சந்தையிலிருந்து வாங்கி வந்த முயல்கள் மரக்கூண்டுக்குள் எகிறிக் குதித்தன. அவற்றைத் திறந்துவிடவும் திராணியின்றி மகாதேவனும் கல்லியம்மாளும் முடங்கிக் கிடந்தனர்.

அப்போது கூரைக்கு மேலே மிக உயரத்தில் வானில் வட்டமடித்தன இரண்டு கழுகுகள். இதனைப் பார்த்த கல்லியம்மாள் பதறியடித்து எழுந்து “ஐயோ என் புள்ளைக்கு என்ன ஆச்சு, ஏதாச்சு, எதுவும் ஆகிடக் கூடாது ஆண்டவனே” என்று அலறியபடி ஓட்டம் எடுத்தாள். இரவு முழுவதும் தூங்காமல் இருந்ததால் அரைமயக்கத்தில் இருந்த மகாதேவனுக்கு ஒன்றும் புரியவில்லை. தலைவிரிகோலமாய் ஓடும் கல்லியம்மாளைப் பின்தொடர்ந்து ஓடினான். “ எங்க போற கல்லிம்மா, ஏய் நில்லு, நில்லு” என்று மகாதேவன் கத்தியதைப் பொருட்படுத்தாமல் சரளைக்கற்கள் காலை இடறுவது கூடத் தெரியாமல் ஓடினாள் கல்லியம்மா. முள்ளிக்குளத்தூர் தாண்டி நேரே திருக்கழுக்குன்றம் நோக்கிச் செல்லும்போதுதான் மகாதேவனுக்குக் கொஞ்சம் புரியத் தொடங்கியது. அதற்குள் இரண்டு பேரும் ஓடுவதைப் பார்த்துப் பின்னால் ஊரில் இருந்தவர்கள் திரண்டு வந்தனர். ஒருசிலர் இருசக்கர வாகனத்திலும், ஒருசிலர் சைக்கிளிலும், இன்னும் சிலர் மொத்தமாக மாட்டு வண்டியிலும் ஏறியபடி வரத் தொடங்கினர்.

வேகமாக ஓடிய கல்லியம்மா அப்படியே தொபுக்கடீர் என்று திருக்கழுக்குன்றம் சங்கு தீர்த்த குளத்தில் குதித்தாள். இடுப்பளவு நீரில் அங்கும் இங்குமாய் கைகளால் துழாவி வேதகிரி, வேதகிரி என்று அரற்றினாள். பின்னால் வந்த மகாதேவன்,

என்னடி பண்ற, நம்ப புள்ளைக்கு ஒண்ணும் ஆகியிருக்காது என்று கூறிவிட்டு அவனும் நீரில் குதித்துத் தேடினான். அதற்குள் திரண்டு விட்ட இளைஞர்கள் சிலர் குளத்திற்குள் மீனாகப் பாய்ந்தனர். பின்னால் வந்த ஊர்க்காரர்களும் குளத்தின் நான்கு கரைகளிலும் சல்லடை சல்லடையாகத் தேடினர். பச்சையாகக் காட்சியளிக்கும் குளம், மொத்த ஜனத்தால் செம்மண் நிறத்திற்கு மாறியது. கோவில் அதிகாரிகளும் ஊர்த் தலைவர்களும் வந்துசேர்ந்துவிட, நடந்ததை விசாரித்தனர். "உம் புள்ள காணாம போயிட்டான் சரி, அதுக்காக குளத்துல விழுந்து செத்து இருப்பானு நீயா நெனச்சிக்கிட்டா எப்படிமா? புள்ள உசுரோட எங்கயாச்சும் இருக்கும். அப்பன்காரன் அடிச்சதால் கோவிச்சிக்கிட்டுப் போயிருக்கு, வந்திடும், கவலைப்படாத" என்று தேறுதல் கூறினர்.

மெதுவாக குளத்தில் இருந்தவர்கள் ஒவ்வொருவராகக் கரையேறினர். இரண்டு பேர் மட்டும் குளத்தின் மையத்திலிருந்த நீராழி மண்டபத்தை நோக்கி நீந்திப் போனார்கள். பாசிபடிந்து காணப்பட்ட நீராழி மண்டபத்தைக் கஷ்டப்பட்டுத் தொற்றி ஏறினர். உள்ளே போன அவர்கள் அங்கிருந்து ஏதோ ஒரு பொருளை எடுத்துக் கரையை நோக்கி சத்தம் போட்டுக் கையை, காலை ஆட்டினர். கரையில் இருந்தவர்களுக்கு ஒன்றும் புரியவில்லை. உடனே இரண்டு பேரும் நீருள் பாய்ந்து கரையை நோக்கி வந்தனர். கரையில் இருந்தவர்கள் பதற்றத்துடன் அவர்களை உற்றுப் பார்க்க கல்லியம்மாளின் மொத்த உடம்பும் உதறல் எடுத்தது.

கரையேறியவர்கள் கையில் ஒரு சங்கு இருந்தது. அவர்கள் வேகமாகப் படியேறி நீர்சொட்டச் சொட்ட வந்து கல்லியம்மாளின் கையில் அந்தச் சங்கைக் கொடுத்தனர். வேதகிரி என்று கூரான கல்லால் சங்கின் முதுகில் எழுதப்பட்டிருந்தது. இதனைப் பார்த்த கல்லியம்மாள் தலைசுற்றி மயங்கிக் கீழே விழுந்தாள். அவளைப் பிடிக்கக் கூட தோன்றாமல் தலையில் மடார் மடாரென்று அடித்துக் கொண்டு குளத்திற்குள் பாயப் போனான் மகாதேவன். அவனைச் சிலர் தடுத்துப் பிடித்தனர்.

அந்தச் சங்கை ஒவ்வொருவராக வாங்கிப் பார்த்தனர். சங்கு தீர்த்த குளத்தில் பன்னிரண்டு ஆண்டுகளுக்கு ஒருமுறைதான் சங்கு பிறக்கும். அடுத்த மாதம் அதற்கான விழா நடக்க இருந்தது. இந்தச் சங்கு எங்கிருந்து வந்தது, யாராவது எடுத்து வந்து போட்டிருப்பார்களா? ஆனால் வேதகிரி என்ற பெயர் எப்படி வந்தது? யார் எழுதியது? வேதகிரிக்கு அவன் பெயரை எழுதத் தெரியுமா? ஆச்சர்யத்துடனும் அதிர்ச்சியுடனும் எல்லாரும்

சங்கைப் பார்த்தனர். கல்லால் கீறி இருந்தாலும், எழுத்துக்கள் ஒவ்வொன்றும் மணிபோல் தெளிவாக இருந்தன. இதற்கு முன்னர் அந்தக் கையெழுத்தை யாரும் பார்த்ததாகச் சொல்லவில்லை.

கூட்டத்தில் இருந்த வேதகிரியின் கூட்டாளி சுகு, சங்கைப் பார்த்து இது வேதகிரி எழுதியதுதான் என்றான். ஒட்டுமொத்தக் கூட்டமும் நிசப்தமாகிவிட்டது. மகாதேவன் ஓடிவந்து சுகுவின் தோளைப் பிடித்து "என்னடா சொல்ற, அவன் எழுதி நாங்க பார்த்ததே இல்லையடா? பொய் சொல்றியா, உண்மை சொல்றியா?" என்று உலுக்கினான். கையில் இருந்த பனம்பழத்தை சுகு எடுத்துக்காட்டினான். நன்றாக சாப்பிட்டுக் காய்ந்த நிலையில் நார் நாராகப் பிரிந்து இருந்த அந்தக் கொட்டையின் மையப்பகுதியில் வேதகிரி என்று எழுத்துக்கள் கீறி இருந்தன. அதையும் சங்கையும் வைத்துப் பார்த்தபோது இரண்டும் ஒன்றாக இருந்தன. "எப்போடா எழுதினான் இத" என்று மகாதேவன் கேள்வி எழுப்ப, "நேத்து நீங்க வேதகிரியை அடிச்சீங்கள, அதுக்குக் கொஞ்சம் முன்னாடிதான்" என்றான் சுகு.

ஒரு கையில் பனங்கொட்டையையும் மறுகையில் சங்கையும் வைத்த கண் வாங்காமல் உற்றுப் பார்த்த கல்லியம்மா, வேதகிரி என்று ஓங்கி பெருங்குரலெடுத்துக் கத்த, திருக்கழுக்குன்றம் மலையெங்கும் வேதகிரி, வேதகிரி என்று எதிரொலித்தது. கழுகுப்பாறையின் மீது இரண்டு கழுகுகள் வட்டமடித்துக் கொண்டிருந்தன.

●

வடிவுக்கரசியின் கணக்கு

தென்காசி பக்கத்துல ஆலங்குளத்துல பொறந்துட்டு பொழப்புக்காக மெட்ராஸ் வந்த பலகோடி பேர்ல ஆறுமுகமும் ஒருத்தர். சின்ன வயசுல திடகாத்திரமா இருந்தப்போ மிண்ட் தெருவில் அவர் பார்க்காத வேலையில்ல. நல்ல ஆறடி உயரத்திற்கு கருகருனு இருந்ததால லோடுமேன் வேலைக்கு ஆறுமுகத்தைத்தான் கூப்பிடுவாங்க. கூலியை சேமிப்பாக்கி கந்தக்கோட்டம் கோயில் வாசல்ல கொஞ்சநாள் பழக்கடை ஒன்றை வைத்துப் பார்த்தார். அப்புறம் தம்புச்செட்டி தெருவில் ஒரு பாத்திரக்கடை வைத்து பார்த்தார். என்னமோ அவர் உழைக்கத் தயாரா இருந்தாலும், கையில் காசு மட்டும் நிற்கவேயில்லை. இதனாலேயே மனைவி வடிவுக்கரசியிடம் எப்போதும் வாங்கிக் கட்டிக்கொண்டே இருப்பார்.

ஆறுமுகத்தின் அவ்ளோ பெரிய உருவத்தின் அருகில் பொடிதாகத் தெரிவார் வடிவுக்கரசி. ஒடிசலான தேகம். தெத்துப் பல் வேறு. பேசினால் மூக்கில் இருந்துதான் குரல் ஒலிக்கும். ஆனாலும் வடிவு என்றால் ஆறுமுகத்திற்குக் கொஞ்சம் பயம். "என்னத்த வேல பாக்குற, அவனவன் என்னன்னமோ பண்ணி எப்பிடிஎப்பிடியோ ஆய்ட்டான், உப்புக்கு துப்பில்ல ஊறுகாய்க்கு பதம் இல்லனு ஒரு பொழப்பு" என்று நீட்டி முழக்கி வடிவு பேச ஆரம்பித்தால் ஆறுமுகத்தின் எல்லா நாடிநரம்பும் ஒடுங்கி விடும். குத்தவைத்துக் கன்னத்தில் கைவைத்து அமைதியாகி விடுவார்.

இவ்வளவு குத்தல் பேச்சு பேசினாலும் காசு சேர்ப்பதில் வடிவை யாராலும் அடித்துக்கொள்ள முடியாது. அப்படி சிறுகச் சிறுகச் சேர்த்த பணத்தில் மணலியில் இரண்டு கிரவுண்டு இடம் வாங்கிப் போட்டாள். அவளே முன்னின்று ஓட்டு வீடு ஒன்றைப் பார்த்துப் பார்த்துக் கட்டினாள். வீடு முழுக்க கொய்யா, தென்னை, மாமரம், கத்திரிக்காய், கறிவேப்பிலைச்செடி என்று நட்டு வைத்தாள். "ஆத்திரம் அவசரத்துக்கு யார்கிட்டயும் போய் கைநீட்டி நிக்க வேண்டாம், கீரையை கிள்ளினோமா, கத்திரிக்காய வதக்கினோமா, கஞ்சி குடிச்சிட்டு கவுரமா வாழலாம். இதுங்களா கொடுத்துட்டு எப்போ திருப்பி தருவேனு வந்து நிக்காதுங்க" என்று வேலியில் படர விட்டிருந்த பாகற்கொடியின் பக்கத்தில் நின்றுகொண்டு படபடவென்று பொரிந்துதள்ளுவாள் வடிவு.

மணலிக்கு வந்தபிறகு திரும்பிய திசையெல்லாம் பெரிய பெரிய கம்பெனிகளாக இருந்தன. படிப்பில்லாத ஆறுமுகத்திற்கு அங்கெல்லாம் எந்த வேலையும் கிடைக்கவில்லை. அப்போதுதான் பழைய பாத்திரங்களை, பழைய பேப்பர்களை வாங்கி விற்கத் தொடங்கினார் ஆறுமுகம். சௌகார்பேட்டைக்குப் போய் மொத்தமாகப் பேரிச்சம் பழம், அவல், எள்ளுருண்டை, சோன் பப்டி ஆகியவற்றை வாங்கிவைத்துக்கொள்வார். அவற்றை பிளாஸ்டிக் டப்பாக்களில் அடைத்து சேக்காடு, எடைபாளையம், எலந்தசேரி, பழவரம், குதிரைக்குட்டை என்று தன்னால் முடிந்த அளவு மணலியின் சுற்றுவட்டாரப் பகுதிகளில் வியாபாரம் செய்தார்.

டெல்லிபாபு பிறந்தது அவர்கள் மணலிக்குக் குடியேறிய பிறகுதான். அந்தச் சமயத்தில் வீட்டின் வாசலிலேயே சிறிய பெட்டிக்கடை ஒன்றை வைத்து நடத்தினாள் வடிவு. பீடி, சிகரெட், தேன்மிட்டாய், இஞ்சி மொரப்பான், பிஸ்கெட் பிறகு வெங்காயம் தக்காளி என்று அதனையும் சேர்த்துக்கொண்டாள். கடையில் அமர்ந்து வியாபாரத்தைப் பார்க்கவா என்று ஒருநாள் மெதுவாகக் கேட்டார் ஆறுமுகம். "வீட்டுக்கு ரெண்டு சம்பாத்யம் இருந்தா நல்லா இருக்கும்னுதானே நானே வந்து கடையில ஒக்கார்றேன். அது புரியல உனக்கு, ஓடியாடி வேலை செய்ற வயசுல, புட்டத்தை தேச்சிக்கிட்டு ஒக்காந்துகிட்டு என்ன பண்ண போற, அவல் வித்தா அசிங்கமா இருக்கோ" என்று கொட்டித் தீர்த்தாள். மறுபேச்சு இல்லாமல் சைக்கிளைத் தள்ளிக்கொண்டு புறப்பட்டார் ஆறுமுகம்.

ஏனோ வடிவுக்கு யாரிடமும் அமைதியாகப் பேசி பழக்க மில்லை. விருந்து வீட்டுக்குப் போனாலும் ஒரு விள்ளல் எடுத்துச் சாப்பிட்டுவிட்டு உப்பு கொஞ்சம் கூட இருந்து இருக்கலாம் என்பாள். பாயாசம் கொடுத்தால் சர்க்கரை விக்குற விலைக்கு

இப்படியா அள்ளி கொட்டுவாங்க என்று அதற்கும் அங்கலாய்ப்பு காட்டுவாள். நயா பைசா என்றால் கூட கணக்குதான். அதனாலேயே வடிவு சீட்டு பிடித்தால் அவளிடம் போடுவதற்கு எல்லாரும் பயப்படுவார்கள். ஏலம் முடிந்தவுடன் எண்ணிப் பணத்தை வைத்துவிட வேண்டும். அதேவேளை ஏலச்சீட்டு எடுத்தவர்களுக்கு அந்த இடத்திலேயே பணத்தை பைசல் செய்துவிடுவாள் வடிவு. இவ்வளவு கறார் காட்டுவதால் வடிவிடம் சீட்டு போடுவதற்கு யோசிக்கவும் செய்வார்கள், சொன்னால் சொன்னபடிப் பணத்தைத் தருவதால் அவளிடமே சீட்டு போடவும் முன்வருவார்கள்.

டெல்லிபாபு வளர வளர அவன் படிப்புக்கு ஆகும் செலவைத் தனியே நோட்டில் எழுதிவைத்து வந்தாள் வடிவு. ஒருநாள் அந்த நோட்டை எடுத்துப் பார்த்த ஆறுமுகம் கோபத்தோடு வந்தார்.

"என்ன புள்ளைக்கு பால் வாங்குன கணக்குல இருந்து ஸ்கூல் பீஸ் கட்டியது வரைக்கும் இருக்கு" என்று கேட்டார்.

"ஏன் பால்காரன் சும்மாவா பால் ஊத்துனான்? ஸ்கூல்ல இனாமாவா சேத்துக்கிட்டாங்க? எல்லாத்துக்கும் ஒரு கணக்கு இருக்குல்ல. நாளபின்ன எனக்கு என்னா செஞ்சீங்கன்னு வந்து நின்னா நோட்ட எடுத்து மூஞ்சில எடுத்து விசிறி எறிய மாட்டேன்" என்றாள்.

"அவன் நம்ம புள்ள; அவனுக்கு செலவு பண்ணதுக்கா நாம கணக்கு பாக்கணும்" என்று கவலையோடு கேட்டார்.

"தாயா புள்ளையா இருந்தாலும், வாயும் வயிறும் வேறதான். எல்லாத்துக்கும் கணக்கு பாத்துதான் ஆகணும்" என்றாள். சொன்னதோடு நில்லாமல், ஸ்டூல் எடுத்துப் போட்டு அதன்மீது ஏறிப் பரணில் இருந்த பழைய வயர்கூடையை எடுத்தாள். அதில் பழுப்பேறிப்போய் இருந்த மூன்று நோட்டுக்களை எடுத்து ஆறுமுகத்திடம் கொடுத்து "பிரிச்சுப் பாரு" என்றாள். அதில் கல்யாணமான தேதியிலிருந்து மணலியில் வீடு கட்டி வந்தது வரை தேதிவாரியாக பணம் எழுதப்பட்டு இருந்தது. அதைப்பார்த்து அதிர்ந்துபோனார் ஆறுமுகம்.

"இந்த நிலமும் வூடும் பறந்து வந்து உன் கையில வுழுந்துச்சுன்னு நெனக்கிறியா? காசு, அவ்வளவும் காசு. நீ உழைச்சதுதான். ஆனா எவ்ளோ உழைச்ச, எவ்ளோ சேத்தனு உனக்கு தெரியுமா? எனக்கு தெரியும். என் மனசுல இன்னும் எழுதாம நெறய கணக்கு இருக்கு, அதையெல்லாம் எழுதுனா நல்லா இருக்காதுனு எழுதாம இருக்கேன். நீ இதுவரை எவ்ளோ சாப்பிட்ட, அதுக்கு எவ்ளோ ஆகியிருக்கும்னு என் மனசுக்குள்ள

ஒரு கணக்கு இருக்கு தெரியுமா? சம்பாரிச்சதுல முக்காவாசி நீ துண்ணே தீத்துருக்க, மிச்ச சொச்சத்த புடிச்சு வச்சித்தான், இந்த சொத்த நான் காபந்து பண்ணி இருக்கேன், புரிஞ்சிக்கோ, பொண்டாட்டியா அதையெல்லாம் எழுதக் கூடாதுனு எழுதாம இருக்கேன்" என்றாள்.

அதற்குப் பிறகு ஒவ்வொருமுறை சாப்பிடும்போதும் வடிவின் முகத்தை நிமிர்ந்து பார்ப்பார், தட்டை ஒருமுறை பார்ப்பார். சிலசமயம் சாப்பிடுவார், பலசமயம் எழுந்துபோய்விடுவார். "உனக்கு பசிச்சா நீ சாப்பிடு, சின்ன புள்ள இல்ல ஊட்டிவிட, வெளிய போய் ஓட்டல்ல தின்னாலும் காசு கொடுத்துதான் ஆகணும்" என்று சொல்லிவிட்டுத் தட்டை எடுத்துச் சாப்பாடு போட்டுக்கொண்டு சாப்பிட ஆரம்பிப்பாள். சாப்பிடும்போது வடிவின் தட்டு அருகே சின்ன டம்ளரில் தண்ணீர் இருக்கும். இடது கையில் சிறிய ஊசி இருக்கும். தட்டிலிருந்து சிந்தும் உணவுப் பருக்கைகளைக் கையிலுள்ள ஊசியால் குத்தி, டம்ளரில் அலசி அதனை வலது கையால் உருவிச் சாப்பிடுவாள்.

டெல்லிபாபு தலையில் அடித்துக்கொள்வான், "என்னம்மா இவ்ளோ கேவலமா சாப்பிட்ற, கீழே விழுறத போய் எடுத்து சாப்பிட்ற, ரொம்ப மட்டமா பண்றம்மா" என்று கோவப்படுவான்.

"நீ சம்பாரிச்சு கொண்டு வந்தாலும் இப்படி கீழ விழுறத எடுத்துதான் சாப்பிடுவேன். ஏன்னா அது உழைப்பு, சம்பாத்யம், லட்சுமி, புரியுதா? புரியலனா எழுந்து போ, வாங்கி கட்டிக்காத" என்பாள்.

அதனாலேயே அம்மாவிடம் ஒட்டாமல் மெல்ல மெல்ல அப்பா பக்கம் திரும்பினான் டெல்லிபாபு.

படித்து முடித்ததும் தண்டையார்பேட்டை டேப்லட் இண்டியா கம்பெனியில் வேலை கிடைத்தது. டெல்லிபாபு முதல்மாதச் சம்பளம் வாங்கி வந்த அன்று வாசலில் வேப்ப மரத்தடியில் கயிற்றுக் கட்டிலில் படுத்துக்கொண்டிருந்தார் ஆறுமுகம். வடிவு கையில் சில புகைப்படங்களை வைத்து ஒன்று மாற்றி ஒன்று பார்த்துக்கொண்டிருந்தாள்.

"அப்பா, அப்பா" என்று ஆறுமுகத்தின் காலில் டெல்லிபாபு தட்ட, ஹாஹ்ஹா என்று கண்விழித்து எழுந்து "சொல்லுப்பா, என்ன விஷயம்" என்றார். கையில் வைத்திருந்த டேப்லட் இண்டியா என்று ஆங்கிலத்தில் அச்சிடப்பட்டிருந்த ஆரஞ்சு நிற கவரை அப்பாவின் கையில் கொடுத்தான் டெல்லிபாபு. "என்னோட முதல் மாத சம்பளம்பா" என்றான். "என்னப்பா என்கிட்ட கொடுக்குற, அம்மாகிட்ட கொடு, அவதானே வீட்ட

பார்த்துக்குறா? எனக்கு என்ன தெரியும்?" என்று கவரை கையில் வாங்க யோசித்தார். அதுவரை புகைப்படங்களைப் பார்த்துவந்த வடிவு நிமிர்ந்து மகனைப் பார்த்தாள். அம்மாவைப் பார்க்கத் தயங்கித் தலையை வேறுபக்கம் திருப்பிக்கொண்டான். "வேலைக்கு போறப்போ பஸ்சுக்கு என்கிட்ட காசு வேணும், ஆனா சம்பளத்த மட்டும் அப்பன்கிட்ட கொடுப்பியோ?" என்றாள். "உன் பணம் ஒண்ணும் எனக்கு வேணாம், ஆனா அதை என்ன பண்ணுவேன்னு என்கிட்ட சொல்லு பார்ப்போம்" என்றாள்.

கோபத்துடன் திரும்பி அம்மாவைப் பார்த்த டெல்லிபாபு, "மொத மாசம் சம்பளம் என்பதால அப்பாவுக்குப் புது வேஷ்டி சட்டை வாங்கி கொடுப்பேன், உனக்கு ஒரு புடவை வாங்கி கொடுப்பேன், எனக்கு ரெண்டு புது பேண்டும் செருப்பும் வாங்குவேன். பழைய வாட்ச் அறுந்து போச்சு, புதுசா வாங்கு வேன். வீண் செலவு ஒண்ணும் பண்ண மாட்டேன், எனக்கும் கணக்கு வழக்கு தெரியும்" என்று படபடவென்று கத்தினான்.

அமைதியாக எழுந்து நின்ற வடிவு, "உங்க அப்பாக்கிட்ட 7 வேஷ்டி, 9 சட்டை, 2 லுங்கி, 5 துண்டு, 4 நிஜார், 2 ஜோடி செருப்பு, கல்யாணத்துக்கு எடுத்த பட்டு வேஷ்டி கூட இன்னும் அப்படியே இருக்கு. என்கிட்ட 12 புடவை, 6 ஜாக்கெட், 3 பாவாடை இருக்கு. உன்கிட்ட என்ன இருக்குணு உனக்கு தெரியுமோ, தெரியாதோ எனக்கு தெரியும். இப்பிடி இருக்குற பொருளையே இன்னொன்னு வாங்கித் தர்றேன்னு சொல்லிட்டு வீண்செலவு பண்ண மாட்டேன்னு சொல்ற, இதா உன்னோட படிச்ச கணக்கு வழக்கா?" என்று கேட்டாள்.

இதைக்கேட்டு அரண்டு போனான் டெல்லிபாபு. சத்தியமாக அதுவரை தன்னிடம் எத்தனை சட்டை, பேண்ட்டு இருக்கிறது என்று அவனுக்குத் தெரியாது. முதல்வேலையாக வீட்டுக்குள் சென்று மரபீரோவில் இருந்த தன்னுடைய ஆடைகளை எடுத்து எண்ணினான். அதற்குப் பிறகு ஒருநாளும் அம்மாவிடம் சம்பள கவரை கொடுக்கத் தவறியதில்லை டெல்லிபாபு.

இந்தச் சமயத்தில், தூரத்து உறவான சண்முகம் அண்ணாச்சியின் மகள் தெய்வானையை டெல்லிபாபுக்குப் பார்த்துக் கட்டிவைக்க முடிவு செய்தாள் வடிவு. சமையல் மாஸ்டர் வெள்ளையப்பன் கொடுத்த மளிகைப் பட்டியலைத் தலைமுதல் கால்வரை படித்த வடிவு, தன் இடுப்பில் சொருகியிருந்த வேறொரு பட்டியலை மாஸ்டரிடம் கொடுத்தாள். "இத்தனை பேருக்குதான் கல்யாண பத்திரிகை கொடுத்து இருக்கு, இத்தனை பேர்தான் வருவாங்க, இத்தனை பேருக்கு சமைக்க இவ்ளோ

பொருட்கள் போதும், இதுல பாதி எங்க வீட்ல இருந்து நானே எடுத்துட்டு வந்துடுவேன், மீதிய மட்டும் வாங்குனா போதும்" என்றாள். மண்டபத்தின் வாசலில் கட்டுவதற்கு வீட்டில் இருந்தே இரண்டு வாழை மரங்களை வெட்டி வந்தாள். தன் கையாலே தைத்த தைஇலையைச் சாப்பிடுவதற்குப் பரிமாறிப் புரட்சி செய்தாள். கிட்டத்தட்ட ஒருமாதகாலம் இரவெல்லாம் தைஇலை எதற்குத் தைக்கிறாள் என்று யோசித்த ஆறுமுகத்திற்குக் கல்யாண தினத்தன்றுதான் விடைகிடைத்தது.

கல்யாணப் பந்தியிலேயே தெய்வானைக்குத் தெரிந்துவிட்டது, தான் எப்படிப்பட்ட வீட்டில் வாழப்போகிறோம் என்று! டெல்லிபாபுவிடம் குறை என்று எதுவும் சொல்ல முடியவில்லை, அவனும் தன் அம்மாவின் மேல் கோவமாக உள்ளவன்தான். ஆனாலும் வடிவுக்கரசியின் பேச்சை மீறி அவனாலும் எதுவும் செய்யமுடியவில்லை, தெய்வானையாலும் ஒன்றும் செய்ய முடியவில்லை. கல்யாணத்திற்காக ஓட்டுவீட்டைத் தளம் போட்டு மாற்றிக் கட்டியிருந்தாள் வடிவு. ஆனாலும் டெல்லிபாபுக்கும் தெய்வானைக்கும் தனியாக அறை என்று ஒன்று இல்லை. இரவானால் ஆறுமுகமும் வடிவும் வெளியில் படுத்துக்கொள்வார்கள். கூடுதலாக ஓர் அறை கட்டினால் நன்றாக இருக்கும் என்று ஒருநாள் மாமியாரிடம் தெய்வானை கேட்க, "அதற்கென்ன தாரளமாக கட்டிக்கொள், யார் வேண்டாம் என்றார்கள்" என்று கூறிவிட்டாள். அதனையே வீம்பாக எடுத்துக் கொண்ட தெய்வானை, மாமியாரிடமே லட்ச ரூபாய்க்கு ஏலச்சீட்டு போட்டாள். மருமகள் என்றும் பார்த்ததில்லை, மகன் என்றும் பார்த்ததில்லை வடிவு, ஏலத் தினத்தன்று காசை எண்ணிவைத்துவிட வேண்டும் அவளுக்கு.

ஒருமுறை ரஜினியின் புதுப்படத்திற்குப் போகவேண்டும் என்று தெய்வானை ஆசைப்பட மவுண்ட் ரோட்டிலுள்ள தேவி தியேட்டரில் இரவுக்காட்சிக்கு இரண்டு டிக்கெட் எடுத்து வந்தான் டெல்லிபாபு. வேலைக்கு அரைநாள் லீவு சொல்லி விட்டு நேரத்தோடு வீட்டுக்கு வந்த மகனைப் பார்த்து, "என்ன சீக்கிரம், என்ன விஷயம்" என்றாள் வடிவு. "சினிமாவுக்கு போகப் போறோம்மா, அதா லீவுப் போட்டேன்" என்றான். "வீட்டுக்கு எதிரிலேயே மீனாட்சி தியேட்டர் இருககு, அதுக்கு எதுக்கு லீவு போடணும், வேலைக்கு போய்ட்டு சர்வகாசமா வந்தாகூட படத்துக்கு போலாமே" என்றாள். "இங்க இல்லம்மா, நாங்க மவுண்ட் ரோடு போக போறோம்" என்றான். "அங்க வேற படம் ஏதாச்சும் ஓடுதா? மீனாட்சில ஓடுற படம் ஓடுதா?" என்று கேட்டாள் வடிவு. முகத்தை கடுகடுவென்று வைத்துக் கொண்ட டெல்லிபாபு, "இங்கயும் அந்தப் படம்தான் ஓடுது,

ஆனா என்னமோ ஆசைப்பட்டேன் அங்க போகணும்னு" என்றான். "எந்த தியேட்டர்க்கு போனாலும் இருட்டாக்கிட்டு ஒரே படத்த தான் காட்டப் போறான், அதுக்கு எதுக்கு அங்க போகணும், இங்கயே போகலாமே" என்று மீண்டும் கேட்டாள் வடிவு. ஆத்திரத்தின் உச்சிக்குச் சென்ற டெல்லிபாபு, "நாங்க எங்கயும் போகல" என்று டிக்கெட்டைக் கிழித்துப் போட்டான். "ஆத்திரக்காரனுக்குப் புத்தி மட்டு, டிக்கெட் பணம் வீணா போச்சா" என்று அலுத்துக்கொண்டே வெளியே நடந்தாள் வடிவு.

இதற்கு மேல் இந்த வீட்டில் இருக்க மாட்டேன் என்று தெய்வானை ஒற்றைக்காலில் நிற்க, தானும் மனம் வெறுத்துப் போன டெல்லிபாபு தனிக்குடித்தனம் பார்த்து கிளம்பினான். தண்டையார்பேட்டை அருகிலேயே குந்தாளம்மன் கோவில் தெருவில் ஒரு வீட்டை வாடகைக்கு எடுத்துக்கொண்டு அங்கிருந்தே வேலைக்குப் போய் வர ஆரம்பித்தான். ஒரேமகன் வீட்டை விட்டு வெளியேறியது கண்டு மனம் பதைத்துப் போனார் ஆறுமுகம். மனைவியிடம் பேசிப்பார்க்க, "நானா போகச் சொன்னேன், அவன் போனான் கொழுப்பெடுத்து, அதுக்கு என்னை என்ன பண்ண சொல்ற" என்று சொல்லிவிட்டாள். ஆனால் அன்றிரவு விடிய விடிய அழுதுகொண்டிருந்தாள் வடிவு. இரண்டுமுறை தூக்கம் கலைந்து பார்த்தபோது கூட, வடிவு தனியாக அமர்ந்து அழுதுகொண்டிருந்தது தெரிந்தது. பொழுது விடிந்ததும் ஆறுமுகத்தின் கையில் ஒரு துண்டுச் சீட்டைக் கொடுத்தாள் வடிவு. அதைப் பார்த்து அதிர்ந்துபோன ஆறுமுகம், சைக்கிளில் வேர்க்க விறுவிறுக்க தண்டையார்பேட்டை வந்தார்.

மூச்சு வாங்க வாங்க வந்து நின்ற அப்பாவைப் பார்த்ததும் கையும் ஓடவில்லை, காலும் ஓடவில்லை டெல்லிபாபுவுக்கு. தெய்வானை கூட பதறிப்போய்ச் சொம்பு நிறைய தண்ணீர் எடுத்து வந்து கொடுத்து "குடிங்க மாமா" என்றாள். அதனை வாங்கி மடக் மடக்கென்று குடித்து ஏப்பம் விட்டு அமர்ந்தார். "என்னப்பா ஆச்சு, ஏதாச்சும் பிரச்னையா? அம்மாவுக்கு ஏதாவது ஆகிடுச்சா" என்று அடுக்கடுக்காகக் கேட்டான் டெல்லிபாபு. ஒன்றும் பேசாமல் சட்டை பாக்கெட்டில் வைத்திருந்த துண்டுச் சீட்டை எடுத்து மகனிடம் கொடுத்தார் ஆறுமுகம். அதனை வாங்கிப் பார்த்தான் டெல்லிபாபு. அதில் இந்த மாச ஏலச்சீட்டு தள்ளுபோக மூவாயிரத்து ஐநூறு ரூபாய் என்று வடிவின் கையெழுத்தில் நுணுக்கி நுணுக்கி எழுதப்பட்டிருந்தது.

●

ஏய் அடிமை பாலகனே...

இன்று அமாவாசை. அதற்குள்ளாகவே அங்கம்மா வீட்டில் ஆட்கள் நடமாட்டமும் பரபரப்பும் ஏகத்துக்கும் காணப்பட்டன. ஒவ்வோர் அமாவாசைக்கும் அங்கம்மா வீட்டில் இரவு பன்னிரண்டு மணிக்குக் குறி கேட்பார்கள். எங்கள் தெருவிலுள்ள பெரும்பாலானோர் அன்று அவர்கள் வீட்டில் ஆஜராவார்கள். விடிய விடிய பூஜையும், குறி சொல்பவரின் கூக்குரலும், மஞ்சள் குங்கும் கற்பூரம் எலுமிச்சை பழம் ஆகியவற்றின் நெடியும் ஓர் அலைபோல் எழுந்து அந்த இடத்தையே சூழ்ந்து கொள்ளும்.

“தேசிங்கு, தேசிங்கு” என்று அங்கம்மா அழைக்க மூச்சிரைக்க ஓடிவந்து நின்ற சிறுவனிடம், “டேய் ஓடிப்போய் ஆசாரி வீட்டுல வாழை மரம் சொல்லி வச்சிருந்தேன், எப்போ கொடுத்து வுட்றாங்கனு கேட்டுட்டு வர்றியா” என்றாள். “சரிக்கா” என்று ஓட்டம் பிடித்தான்.

மறுபுறம் திரும்பி “கவுரி என்னடி எலுமிச்சம்பழம் வாங்கிட்டு வந்து நிக்குற, புள்ளி விழாத பழமா பார்த்து எடுத்துட்டு வர சொன்னேன்ல, என்னடி இது காய்ஞ்சு போய் ஒருபக்கம் நொசநொசனு இருக்கு” என்று கோணி மூட்டையில் இருந்த எலுமிச்சைப் பழங்களை உருட்டியபடியே கேட்டாள் அங்கம்மா.

தென்னை மரத்தடியில் கருங்கல், செங்கல்லைப் பரப்பிப் போட்டு ஒருமாதிரி கல்தரை போன்று மாற்றப்பட்டிருந்த இடத்தில் பாத்திரங்களைக் குவித்துத் துலக்கிக்கொண்டிருந்த மகள் கவுரி, "யம்மோவ் நூறு பழத்துக்கு மேல இருக்கும் அதுல ஒண்ணு ரெண்டு புள்ளி விழுந்தா என்னாமா இப்போ?" எனறாள். "தட்டு நெறய சோறு இருந்தாலும் ரெண்டு கல்லையும் சேர்த்து தின்னேன் பார்ப்போம்" என்றாள் அங்கம்மா. "அந்த கல்ல எடுத்து தூரப்போட்டு சாப்பிடுவேன்" என்று உதட்டுக்குள் முணுமுணுத்தாள் கவுரி. "என்னடி வாய்க்குள்ளேயே பேசிக்கிற, என்கிட்ட சொல்லு" என்று ஓர் அதட்டல் போட்டாள். "ஒண்ணுமில்லமா" என்று சொல்லியபடியே பக்கத்தில் சின்ன பாத்திரத்தில் வைத்திருந்த புளியினாலும் சபீனாவில் தேங்காய் நாரை முக்கியெடுத்தும் பித்தளைக் குடங்களைத் தேய்க்கலானாள்.

அங்கம்மா வீட்டில் கிணறு இல்லை, பக்கத்திலுள்ள புஷ்பா வீட்டில் பெரிய கிணறு இருந்தது. யார் வேண்டுமானாலும் அவர்கள் கிணற்றில் நீரிறைத்துச் செல்லலாம். ஒன்றும் சொல்ல மாட்டார்கள். அங்கு மந்திரத்தை முணுமுணுத்தபடியே கிணற்றில் வாளியைப் போட்டுக் குடம் குடமாகச் சேந்திக்கொண்டிருந்தார் குணாளன்; அங்கம்மாவின் கணவர். கவுரியிடம் இருந்து நகர்ந்து அவரிடம் சென்ற அங்கம்மா, "நாலு டிரம் ரொப்ப இவ்ளோ நேரமா" என்றாள். அவருக்கு மந்திரம் தெரியுமா, இல்லையா என்பது யாருக்கும் தெரியாது. ஆனால் எந்நேரமும் வாயில் கூழாங்கல்லைப் போட்டு உருட்டுவது போல ஏதாவது உச்சரித்தபடியே இருப்பார். ஒருமுறை அவர் நீர் இறைக்கும்போது அருகில் நின்ற தேசிங்கு உற்றுக் கேட்டபோது "அருகில் வந்தாள் உருகி நின்றாள் அன்பு தந்தாளே, அமைதியில்லா வாழ்வு தந்தேன் எங்கு சென்றாளோ" என்ற பாடலை மந்திரம் போல் உதட்டுக்குள் உருட்டிக்கொண்டிருந்தார். "மாமா, இது சினிமா பாட்டுதானே" என்று தேசிங்கு கேட்டதற்கு இடுப்பில் வேட்டியில் மடித்து வைத்திருந்த ஒரு ரூபாய் தாளை அப்படியே மொத்தமாகக் கொடுத்தார்.

"தோ இறைச்சிட்டேம்மா, செடிக்கு தண்ணி ஊத்திட்டு ட்ரம்க்கு ஊத்தலாம்னு இருந்தேன், அதான்" என்று சொல்லிக் கொண்டே கிணற்றுக்குள் தொபுக்கடீர் என்று வாளியைப் போட்டு இரண்டு கைகளாலும் மாற்றி மாற்றிக் கயிற்றை இழுக்க க்ரீச், க்ரீச் என்ற ஒலியுடன் இரும்புக் கொக்கியில் சத்தம் வர வாளி மேலே வந்தது. "சீக்கிரமாக ரொப்பிட்டு வந்து சேருங்க, இன்னும் ஆயிரம் வேலகெடக்கு" என்று சொல்லியபடியே வீட்டின் சுற்றுச்சுவர் அருகில் சென்று எட்டிப் பார்த்தாள்.

அங்கம்மாவின் வீடு இருந்தது ஆவடியின் ஜே.பி. எஸ்டேட் என்ற இடத்தில். ஆலமரப் பேருந்து நிலையத்தில் இறங்கிச் சாலையைக் கடந்தால் ஓம்சக்தி ஆலயம். அதனையொட்டிய வீடு அங்கம்மாவுடையது. சுற்றுச்சுவரில் தலையை உயர்த்திப் பார்த்தால் கோயிலின் வளாகமும் மூலவர் சன்னதியும் நன்றாகத் தெரியும், அப்படியே பேருந்து நிலையமும். இதனால் கோயில் பூசாரியிடம் இங்கிருந்தே தகவல்களைச் சொல்லிவிடுவாள், எல்லா கதைகளையும் கேட்டுவிடுவாள்.

ஓம்சக்தி கோயிலில் அங்கம்மா தலைமையில் செவ்வாடை பக்தர்கள் ஒன்று சேர்வார்கள். அங்கிருந்து நடைப்பயணமாய் மேல்வருத்தூர் செல்லும் பழக்கத்தை ஆவடியில் தொடங்கி வைத்தது அங்கம்மாதான். பங்காரு அடிகளாரின் பக்தையாக மாறியிருந்த அங்கம்மா, ஒவ்வொரு அமாவாசைக்கும் குறி கேட்பதையும் துவக்கி இருந்தாள். இதற்காக ஒவ்வொரு மாதமும் ஏதாவது ஓர் ஊரிலிருந்து குறி சொல்பவர்களை அழைத்து வருவாள். இந்தமுறை விழுப்புரம் பக்கத்தில் பிடாகம் என்ற ஊரிலிருந்து நாகராஜி என்பவர் வருவதாகச் சொன்னார்கள். அவரை எதிர்பார்த்து நொடிக்கொருதரம் சுற்றுச்சுவரில் தலையை வைத்து ஆலமரப் பேருந்து நிலையத்தைப் பார்த்துக் கொண்டிருந்தாள். காலையிலேயே ஆள் வந்துவிடும் என்று சொல்லியிருந்தார்கள். மதியத்தைத் தாண்டிவிட்டதால் பதற்றம் ஒட்டிக்கொண்டது அங்கம்மாவிடம்.

கோயில் தூணில் சாய்ந்து முதுகைச் சொறிந்துகொண்டிருந்த பூசாரி, "என்ன அங்கம்மா சாதா அமாவாசைக்கே அமர்க்களப்படுத்துவ, இந்தமுறை தை அமாவாசை வேற, என்ன ஸ்பெஷல்" என்றார். "வந்து பாருங்க ஆச்சர்யப்பட்டு போவீங்க, அப்படி ரெடி பண்றேன்" என்றாள். அப்போது தூரத்தில் வெள்ளை அரைக்கைச் சட்டையும், பச்சை நிறத்தில் வேட்டியும், தோளில் சிறிய மஞ்சள் பையுமாக ஒருவர் நடந்து வருவது தெரிந்தது. "குறி சொல்றவர் வந்துட்டார்னு நெனக்கிறேன்" என்று அங்கம்மா சொல்ல, பூசாரியும் எழுந்து நின்று சாலையைப் பார்த்தார். அருகில் வரவர அந்த நபரைத் தெளிவாகப் பார்க்க முடிந்தது. நெற்றியில் ஒருரூபாய் அகலத்திற்கு நல்ல பெரிய குங்குமப் பொட்டு, எண்ணெய் வைத்துப் படிய வாரிய தலையின் பின்புறம் தூக்கிக் கட்டிய கொண்டை. வாயில் வெற்றிலைக் கறை. நடை ஒரு தினுசாக இருந்தது. கால்களை பின்னிப் பின்னி, இடுப்பை ஆட்டி ஆட்டி நடந்து வந்த அந்நபர் கோயில் வாசலில் ஒரு கும்பிடு போட்டுப் பூசாரியிடம் "அங்கம்மா வீடு எது" என்று இழுத்து ராகமாகக் கேட்டார். "இதோ இந்த

வீடுதான்" என்று வீட்டை நோக்கிக் கைகாட்டியதோடு, "அதோ அவங்கதான் அங்கம்மா" என்றார்.

அங்கம்மாவை நோக்கி வந்த அந்த நபர், "வணக்கம்மா நான் நாகராஜி, எல்லாரும் ராஜினு கூப்பிடுவாங்க, குறிசொல்ல கூப்பிட்டு இருந்தீங்களாமே" என்று கூறியபடியே இரண்டு கைகளையும் ஒன்றுசேரக் குவித்து ஒருபக்கமாக வணக்கம் வைத்தார். சட்டென்று என்ன செய்வது என அங்கம்மாவுக்குத் தெரியவில்லை. "வாங்க, வாங்க" என்று கூறியபடியே இரும்பு கிரில் கேட்டைத் திறந்தாள். உள்ளே வந்த நாகராஜி, கழுத்தை மெதுவாக நாலாபுறமும் சுழற்றி வீட்டையும் சுற்றியுள்ள இடத்தையும் பார்த்தார். நேராக வேப்ப மரத்தடிக்குச் சென்று அங்கு தோசைக்கல் அளவுக்கு மஞ்சள் தடவி அதன் நடுவே குங்குமத்தில் கண்கள் வரையப்பட்டிருந்த அம்மன் சன்னதியைக் குனிந்து வணங்கி அங்கேயே சப்பணமிட்டு அமர்ந்தார். அடித்தொண்டையில் இருந்து வெண்கலக் குரலில் பேசித்தான் அங்கம்மாவுக்குப் பழக்கம். ஆனால் நாகராஜிடம், "உள்ள வாங்க, ஏன் வெளில உக்காந்துட்டீங்க" என்று சன்னமான குரலில் கேட்டாள். "பரவாயில்ல, என்னோட இடம் என்னானு எனக்கு தெரியும், குடிக்க தண்ணி கொண்டா" என்று சட்டென்று ஒருமைக்கு மாறினார்.

உள்ளே சென்ற அங்கம்மா, பித்தளை அண்டாவின் மூடியைத் திறந்து சொம்பில் நீரள்ளிக் கொண்டு வந்தாள். அதனை இடது கையால் வாங்கிய நாகராஜி, வலது உள்ளங்கையில் சிறிதளவு நீரை ஊற்றித் தன்னைச் சுற்றித் தரையில் நான்கு முறை தெளித்துக் கொண்டபின்னர் அண்ணாந்து மடக் மடக் என்று சத்தம்வர மொத்த சொம்பையும் காலி செய்தார். "நான் இங்கேயே இருந்துக்குறேன், நீ உன் வேலையப் பாரு, வெயிலு உறப்பா இருக்கு, கொஞ்சம் கண்ணசர்றேன்" என்று சொல்லிவிட்டுக் கொண்டு வந்திருந்த பையைத் தலைக்கு வைத்துக்கொண்டு கால்நீட்டிப் படுத்துக் கண்களை மூடிக்கொண்டார் நாகராஜி.

கையைப் பிசைந்தபடி வீட்டிற்கு உள்ளே வந்த அங்கம்மா முகத்தில் எள்ளும் கொள்ளும் வெடித்தது. அந்தநேரம் பார்த்து, துலக்கிய பாத்திரங்களை உள்ளே கொண்டுவந்த கவுரி இரண்டு தட்டுகளைக் கீழே போட்டாள். ண்ண்ணங்ங் என்ற சத்தத்துடன் அவை கீழே விழ, "சனியனே பார்த்துகொண்டு வரத் தெரியாது எனக்குனு வந்து பொறந்து இருக்கு பாரு, என்னைய போலவே" என்று கத்தினாள். "நான் என்ன பண்ணட்டும்மா" என்று கமறிய குரலில் கூறிய கவுரி இடுப்பிலிருந்த அன்னக்கூடையை

வைத்துவிட்டுத் தட்டுக்களை எடுத்து அதில் சொருகினாள். "எல்லாரும் வருவாளுங்களே, என்னன்ன பேசுவாளுங்களோ, மொதல்ல வருவாளுங்களா" என்று தனக்குள்ளாகவே புலம்பிக் கொண்டாள் அங்கம்மா. அப்போது ஜன்னல் வழியாக எட்டிப்பார்த்த புஷ்பா, "என்ன அங்கம்மா ஆள் வந்துட்டாங்க போல, மரத்தடியில் பார்த்தேன்" என்றாள். "ம்ம்ம்" என்று தலையை மட்டும் அசைத்தாள் அங்கம்மா. "ஆளப் பார்த்தா ஒருமாதிரி இருக்கே, இவரா – இவளா" என்று கிண்டல் தொனி ஒலிக்கக் கேட்டாள் புஷ்பா. "நானே கடுப்புல இருக்கேன் புஷ்பா, நீ வேற கோபத்த கௌறாதே" என்றாள். க்ளுக் என்ற சிரிப்புடன் ஜன்னலிலிருந்து தலை மறைந்தது.

சாயங்காலம் வரை வேப்ப மரத்தடியிலேயே படுத்துத் தூங்கிய நாகராஜி எழுந்து அமர்ந்து நெட்டி முறித்தார். சத்தம் கேட்டு தலைநிமிர்ந்து காது விடைக்க மூக்கு சுருங்க லேசாகப் பற்கள் தெரிய ர்ர்ர் என்ற உறுமலுடன் அங்கம்மா வளர்த்த நாய் மெதுவாக அருகில் வந்தது. அதனைப் பார்த்து லேசாகச் சிரித்து உதடுகளைக் குவித்து தவ் தவ் தவ் என்று நாகராஜி அழைக்க வாலைக் குழைத்து காதுகள் தழையக் குதித்துக் குதித்து அவர் மடியில் வந்து அமர்ந்தது. அதன் முதுகை நாகராஜி தடவிக் கொடுத்ததோடு முடிகளை விலக்கி உண்ணிகளைப் பொறுக்கலானார். நாக்கைத் தொங்க விட்டபடி ஹ்ஹ்ஹ்க்க் என்று வாகாக உடம்பைக் காண்பித்தது நாய்.

அப்போது கேட்டைத் திறந்துகொண்டு உள்ளே வந்த நாலைந்து பெண்கள், "ஏண்டி இங்க பாரேன், வழக்கமா வர்ற நாம வந்தாலே பல்லைக் காமிச்சி குலைக்கும். இப்போ என்னடானா மடியில் படுத்துப் புரளுதே" என்று ஆச்சர்யப் பட்டனர். அவர்களை நிமிர்ந்து பார்த்த நாகராஜி, "அங்கம்மா தோஸ்தா நீங்களா" என்று இழுவைக் குரலில் கேட்டார். ஒவ்வொருத்தியும் புருவத்தை உயர்த்தியும், கண்களை விரித்தும் "ஆமா" என்று சொல்லியபடியே விரைவாக அகன்று அங்கம்மாவைப் பார்க்க உள்ளே சென்றனர். நாகராஜி எழுந்து மாமர அடியில் நீலநிறப் பெரிய ட்ரம்மில் வைக்கப்பட்டிருந்த தண்ணீரில் முகம் அலம்பினார். பையில் கொண்டு வந்திருந்த டவலில் முகத்தை ஒற்றி எடுத்தார். உள்ளங்கையில் விபூதியைக் கொட்டி இரண்டு சொட்டு நீர்விட்டுக் குழைத்து மூன்று விரல்களால் தடவி நெற்றியில் இடமிருந்து வலமாகப் பட்டை போட்டார். பிறகு சிறிய சிமிழில் வைத்திருந்த குங்குமத்தை எடுத்து மோதிர விரலில் தொட்டு நல்ல பதமாக விபூதியின்

நடுவே வட்டம் போட்டார். இரண்டு கைகளையும் குவித்துத் தலைகுனிந்து வேப்பமரச் சாமியைக் கும்பிட்டார்.

ஹார நூபுர கிரீட குண்டல விபூஷிதாவய சோபினீம்
காரணேச வர மௌலி கோடி பரி கல்ப்யமான பத பீடிகாம்
காலகால பணி பாசபாண தனு ரங்குசா மருண மேகலாம்
பாலபூதிலக லோசனாம் மனஸி மனஸி பாவயாமி பரதேவதாம்

என்று ஓங்கி ஒலித்த மந்திர உச்சாடனம் கேட்டு வீட்டிற்குள் பேசிக்கொண்டிருந்த பெண்கள் ஒருவரையொருவர் இடித்தபடி வெளியே வந்து நாகராஜியை வேடிக்கை பார்த்தனர்.

மங்கள ரூபிணி மதியணி சூலினிமன்மத பாணியளே!
சங்கடம் நீக்கிடச் சடுதியில் வந்திடும் சங்கரி சௌந்தரியே!
கங்கண பாணியன் கரிமுகங் கண்டநல்கற்பகக் காமினியே!
ஜயஜய சங்கரி கௌரி கிருபாகரிதுக்க நிவாரணி காமாக்ஷி

என்று ராகத்தோடு பாடி நிமிர்ந்த நாகராஜியை வியந்து பார்த்தாள் அங்கம்மா. பேசும்போது தெரிந்த குழைவும் நளினமும் பாடும்போது இல்லை. வேறுயாரோ, வேறு உலகத்தில் வந்து உடலுக்குள் புகுந்துகொண்டதுபோல் இருந்தது அந்தக் குரல். இப்போது திரும்பிப் பார்ப்பது நாகராஜி, பாடியது யாரோ என்று தோன்றியது அங்கம்மாவுக்கு. யாரையும் சட்டை செய்யாமல், “நான் கோயிலுக்குப் போயிட்டு வர்றேன் அங்கம்மா” என்று உரிமையோடு பெயரைச் சொல்லி இடுப்பை ஆட்டி நடந்து சென்றார் நாகராஜி. பெண்கள் மத்தியில் குசுகுசுவென்று பேச்சு சத்தம். “என்னா குரலு, என்னா பாட்டு, பாத்தா ஆம்பளயாவும் இல்ல, பொம்பளயாவும் இல்ல; ஆனா பாட்டு மட்டும் சாமியே வந்து பாட்ற மாதிரி இருக்குல்ல” என்று சொல்லிப் புறப்பட்டுச் சென்றனர்.

இரவு மணி பதினொன்று ஆகிவிட்டது. கோயிலுக்குப் போவதாகச் சொல்லிவிட்டுப் போன நாகராஜி வீடுதிரும்பவில்லை. அதற்குள்ளாகக் குறி கேட்பதற்கு ஏராளமான ஆண்களும் பெண்களும் குழும தொடங்கிவிட்டனர். வீட்டின் நடுக்கூடத்தில் சுவரோரம் பெரிய திரைப் போடப்பட்டிருந்தது. அதுதான் அங்கம்மா வீட்டுப் பூஜையறை. அதில் இல்லாத சுவாமி படங்களே இல்லை எனலாம். எல்லா படத்திற்கும் மஞ்சள் குங்குமம் தடவி, பூ போட்டு, வாழையிலையில் படையல் தயார் செய்து, சாணியில் பிள்ளையார் பிடித்துவைத்து, அதற்குத் தனியாக பூவும் பொட்டும் வைத்து, கற்பூரக் கட்டிகள் குமித்து ஊதுபத்தி புகை கமழ அந்த அறையே ஏதோ ஒரு தொன்மத்தில் வாழ்வது போல் இருந்தது. குறிகேட்க விரும்புபவர்கள் ஒவ்வொருவராக வந்து

நெல்பரப்பி வைத்திருந்த பெரிய தாம்பாளத் தட்டில் தங்கள் கையிலிருந்த ஐம்பது ரூபாய், நூறு ரூபாய் போன்றவற்றைப் போட்டுவிட்டுக் காத்திருந்தனர். ஒன்றிரண்டு சிறுவர், சிறுமிகள் கூட கூட்டத்தில் நின்றிருந்தனர். கைகளைப் பிசைந்தபடி வாசலையே பார்த்துக்கொண்டிருந்தாள் அங்கம்மா. "யோவ் எங்கயாச்சும் போய் தேடிப் பாரேன்யா? எங்க போனானு தெரியல" என்று கணவர் குணாளனைப் பார்த்து மிரட்டல் தொனியில் சொன்னாள்.

"எங்கனு போய் தேடச்சொல்ற இந்த நேரத்துக்கு" என்று அவர் சொல்லும்போதே நாய் குரைக்கும் சத்தமும், தடக்கென்று இரும்பு கேட் திறக்கும் சத்தமும் கேட்டன. பின்னிப் பின்னி நடந்து வந்த நாகராஜி நேராகத் தண்ணீர் தொட்டி அருகே சென்று சொம்பு நிறைய நீர்சேந்தி இரண்டு கால்களையும் பின்னால் நனையும்படிக் கழுவினார். நான்கு சொட்டு நீரைத் தலையில் தெளித்துக்கொண்டார். தோளில் தொங்கிய துண்டை இடுப்பில் இறுக்கிக் கட்டினார். "எல்லா வந்தாச்சா" என்று கேட்டபடி நேராக வீட்டின் நடுக்கூடத்திற்கு வந்து அங்கு போடப்பட்டிருந்த மனைக்கட்டையில் அமர்ந்தார். கண்களை மூடி மெதுவாக ஏதோ சில மந்திரங்களை உச்சரித்தார். பின்னர் தாம்பாளத் தட்டில் பெரிய கட்டி கற்பூரத்தை ஏற்றி அம்மன் படத்திற்கு முன்பாகக் காட்டினார். அது நின்று எரிய ஆரம்பித்தது. அறை முழுவதும் அத்தனை பேரும் மூச்சடக்கி நாகராஜியையே பார்த்துக்கொண்டிருந்தனர். இரண்டு கைகளையும் யோகாசனம் செய்வது போல் தொடைமீது போட்டு எரியும் கற்பூரத்தையே பார்த்துக்கொண்டிருந்தார் நாகராஜி.

கிட்டத்தட்ட அவ்வளவு பெரிய கற்பூரக்கட்டி அடங்கும்வரை அந்த அறையில் எந்தப் பேச்சுக்குரலும் இல்லை. கற்பூரம் அணையப்போவது தெரிந்து குனிந்து இன்னொரு பெரிய கற்பூரக் கட்டியை எடுத்து எரிந்துகொண்டிருந்த கற்பூரத்தில் சேர்த்தாள் அங்கம்மா. திடீரென ஈஈஈஈஈய்ய்ய்ய் என்று வீறிட்டார் நாகராஜி. அவர் முகத்தருகே குனிந்திருந்த அங்கம்மா திடுக்கிட்டுப் பின்னால் விழுந்தாள். தலையைக் குலுக்கியபடி மீண்டும் வீறிட்டார் நாகராஜி. இதில் அவரது கொண்டை கலைந்து தோளின் இரண்டு பக்கமும் இடுப்பளவுக்கு முடி வந்து விழுந்தது. முகத்தையும் பாதி மறைத்தது. அமர்ந்த நிலையில் உடலை வட்டமாக முன்னும் பின்னும் சுற்றிய நாகராஜி, நாக்கை வெளியில் நீட்டி நன்றாகக் கடித்தார். கண்கள் மேல்நோக்கிச் சொக்கியிருந்தன. கீழுதட்டை மடித்துக் கடிப்பதும், பற்களை நறநறவென்று கடிப்பதும் என ஏதேதோ

செய்தார். நின்றிருந்தவர்கள் கன்னத்தில் போட்டுக்கொள்வதும், கையெடுத்துக் கும்பிடுவதுமாய் இருந்தனர்.

எழுந்துநின்ற அங்கம்மா, “அம்மா தாயே எங்கள காப்பாத்தும்மா, நல்ல வாக்கா சொல்லும்மா, உன்னை தாம்மா நாங்க நம்பியிருக்கோம்” என்று கும்பிட்டாள். “மனசுல நிம்மதியே இல்ல ஆத்தா, எங்க பிரச்னைக்கு ஒரு வழிகாட்டும்மா” என்று கூறினாள். சடக்கென்று எழுந்த நாகராஜி, தலையை உயர்த்தி முடியைப் பின்னால் தள்ளினார். வியர்வையில் அவர் முகத்தில் இருந்த விபூதியும் குங்குமமும் சந்தனமும் கலந்து வழிந்து ரத்தக் களறியாகக் காட்சியளித்தது. திங்கு திங்கு என்று குதித்து அங்குமிங்கும் ஓடினார் நாகராஜி. அவர் கால்பட்டு தாம்பாளத்தில் இருந்த நெல்மணிகள் சிதறின. எல்லார் தலைமுடியிலும் நெல் போய் விழுந்தது. அதுவரை அடுக்கி வைக்கப்பட்டுச் சீராக இருந்த பூஜையறை அவரது ஆட்டத்தில் விநோத வடிவம் கொண்டது. ம்ம்ம் என்ற ஒலியுடன் தன்னைத் தானே ஒரு சுற்று சுற்றிய நாகராஜி, அங்கம்மாவின் தலைமுடியைக் கொத்தாகப் பிடித்தார். அங்கம்மா வெலவெலத்துப் போனாள். பிடி அவ்வளவு பலமாக இருந்தது. மயிர்க்கால்கள் வேரோடு பிடுங்கிக்கொண்டு வந்ததுபோல் இருந்தது. வலியில் ஹாஹா என்று கத்தினாள்.

“ஏய் அடிமை பாலகனே, ஏய் அடிமை பாலகனே” என்று கத்திக்கொண்டே அங்கம்மாவின் தலையைப் பிடித்து இழுத்து அங்கும் இங்கும் சுற்றினார். நாகராஜின் கை சென்ற திசையில் அங்கம்மாவின் தலைசென்றது. “ஏய் அடிமை பாலகனே யார்கிட்ட என்ன கேக்குற, பண்றதையெல்லாம் நீ பண்ணிட்டு, ஆத்தாக்கிட்ட வந்து அமைதியா நின்னா ஆச்சா? அடிமை பாலகனே” என்று கூறி மூச்சிரைத்தார். கண்கள் விரிய நாக்கைத் துருத்திக் கடித்தார். வாயோரம் குங்குமம் பட்டு ரத்தம் போல் தெரிந்தது. கண்களை உயர்த்தி நிமிர்ந்து பார்த்த அங்கம்மா அரண்டுபோனாள். நாகராஜின் ஆவேசக் குரலும் அந்த அறையை அவர் அல்லோகலப்படுத்தியதையும் பார்த்துப் பதறிப்போன சிறுவர்கள் ஓட்டம் பிடித்தனர். இத்தனை ஆண்டுகளாகக் குறிகேட்டு வந்த அங்கம்மா இப்படியொரு நிலைக்கு ஆளானதேயில்லை. அவளுக்கு என்ன செய்வதென்றும் தெரியவில்லை. ஐந்து விரல்களையும் முடிக்குள் விட்டுக் கொத்தாகப் பிடித்துக்கொண்டிருந்ததால் விடுவிக்கவும் முடியவில்லை, அவரைத் தள்ளிவிடவும் முடியவில்லை. நேரம் ஆக ஆக நாகராஜின் ஆவேசம் கூடிக்கொண்டே போனது.

"கெடச்ச வாழ்க்கைய வாழுடி, வாழ வுடுடி, அடிமை பாலகனே, அதைவுட்டுட்டு ஆலாப் பறக்காத அடிமைப் பாலகனே," என்று கூறித் தலையைப் பின்னுக்குத் தள்ளி அங்கம்மாவை கிட்டத்தட்ட வீசியெறிந்தார் நாகராஜி. சுவரில் மோதிக் கீழே விழுந்தாள் அங்கம்மா. தலையைக் குனிந்தவராக முடிகள் தொங்க சிலநொடிகள் காற்றில் ஆடிய நாகராஜி, அப்படியே சரிந்து விழுந்தார். எல்லோரும் கன்னத்தில் போட்டுக்கொண்டு "சாமி மலையேறிடுச்சு, இன்னிக்கு இவ்ளோதான் ப்ராப்தம் போல, வாங்க போலாம்" என்று கலைந்து சென்றனர். சுவரோரம் விழுந்துகிடந்த அங்கம்மாவின் காதில் "அடிமை பாலகனே" என்ற குரல் மட்டும் கேட்டுக்கொண்டே இருந்தது.

●

டினு மோரியா

வழக்கம்போல் டினுவிடம் இருந்து துப்பு கிடைத்தது. கடந்தமுறை சொதப்பியது போல் இந்தமுறையும் வீணடித்தால் இனி அவர்களுக்குத் துப்பு கொடுக்கப் போவதில்லை என்று எச்சரித்திருந் தான் டினு. ஏற்காட்டில் இப்போதுதான் அடியெடுத்து வைத்துத் தொழில் செய்ய ஆரம்பித் துள்ளோம், ஆரம்பமே சொதப்பல் என்றால் இனி எளிதாக மாட்டிக்கொள்வோம் என்ற திட்டித் தீர்த்துவிட்டான் டினு. இந்தமுறை அதுபோல் ஆகிவிடக் கூடாது என்பதில் உறுதியாக இருந்தான். அப்படியானால் எங்களைக் கழற்றிவிட்டு புதிய டீமை அவன் ஏற்பாடு செய்துகொண்டாலும் ஆச்சர்யப்படுவதற்கில்லை.

நாங்கள் என்றால் நான்தான் சார்லஸ், அப்புறம் ரவிசங்கர்; ஆனா கூப்பிட்றது மொட்ட ரவி. வேலூர் ஜெயில்லதான் மொட்ட ரவியைப் பார்த்தேன். தூங்கி வழிஞ்சா மாதிரியே நிப்பான். ஆனா ஜன்னல தொறந்து வூட்டுக்குள்ள புகுந்து சத்தமில்லாம அள்ளிட்டு வர்றதுல கில்லாடி. எந்நேரமும் செல்போனும் கையுமா இருப்பான். ரெண்டுபேரும் ஒண்ணா வெளிய வந்தோம். “நீ கெட்டது பத்தாதுனு, இவனையும் கூட்டு சேத்துக்கிட்டியா” என்று விடுதலையான தினத்தில் ஜெயிலர் மாணிக்கம் எங்களைப் பார்த்துப் பொதுவாகக் கேட்டபோது, “எங்கயோ பொறந்தோம், எப்பிடியோ வளர்ந்தோம், எங்களுக்குத் தேவையானது கிடைக்காதப்போ இருக்கிறவங்ககிட்ட இருந்து எடுத்துக்கிட்டோம்,

திருடன்னு பேர் வெச்சாங்க. வெச்சா வெச்சிக்கிட்டுப் போ, எனக்கு என்ன, யார்தான் திருடன் இல்ல; இதுதான் எங்க பாலிசி" என்று சொல்லிச் சிரித்தோம். "நீங்க சொல்றதும் சரிதான்டா" என்று கூடவே சிரித்தார் மாணிக்கம் சார்.

திண்டிவனம் – உளுந்தூர்பேட்டை மேம்பாலம் கட்ற வேலை நடந்துக்கிட்டிருந்துது. அங்கதான் முதன்முதலில் டினுவைப் பார்த்தோம். வங்கி வாசலில் நிறுத்தப்பட்டிருந்த கார் கதவைத் திறந்து உள்ளே புடைப்புடன் இருந்த பர்ஸை எடுக்க முயன்று நான் மாட்டிக்கொண்டேன். அடி பின்னி எடுத்துவிட்டார்கள். கூடவே மொட்ட ரவிக்கும் செம உதை. இரண்டுபேர் முகமும் ரத்தம்; உதடெல்லாம் கிழிந்துவிட்டது. கார் ஓனர்கூட ஒரு அடிதான் அடிச்சான். வேடிக்கை பார்த்தவன்ங்கதான் செம காட்டு காட்டுனாங்க. தப்பி வந்து பாலத்துக்குக் கீழ விழுந்து கெடந்தோம். டினு இட்லி வாங்கிக் கொடுத்தான்.

"என்ன பண்ண, எப்பிடி மாட்னீங்கனு" என்று நேரடியாகக் கேட்டான் டினு.

"நாங்க எதுவும் பண்ணல, கீழ விழுந்துட்டோம்னு" கோரசாகச் சொன்னோம்.

"உண்மைய சொன்னா உதவி செய்வேன், இல்லயா இட்லிய சாப்பிட்டு போய்ட்டே இரு" என்று சொன்னான் டினு.

அவனுடைய தமிழ் ஒருமாதிரி குழந்தை பேசுவது போல் இருந்தாலும் உறுதியாக இருந்தன வார்த்தைகள். நடந்ததைச் சொன்னோம், அடிவாங்கியதுவரை. எல்லாவற்றையும் அமைதியாகக் கேட்ட டினு, கண்களை மூடிக்கொண்டு பேச ஆரம்பித்தான்.

"மொதல்ல காருக்குள்ள திருடப் போறோம்னா பபிள்கம்ல சின்ன ஸ்க்ரூ டைப் ஆணிய நாலு டயர்க்கு முன்னாடியும் போட்டு வைக்கணும், ஆத்திரம் அவசரம்னு நம்மள கார் எடுத்துக்கிட்டுத் தொரத்த முடியாது. அப்புறம் சிகரெட் லைட்டர் வைச்சு கார் கண்ணாடி ஓரமா இருக்குற ரப்பர் டியூப்கிட்ட காட்டணும், அது மெல்ல இளகி விரியும், அப்போ நெயில் கட்டர் வச்சி இழுத்தா டியூப் தானா வரும், அப்புறம் கதவை தொறப்பது ரொம்ப ஈஸி. கைல நெயில் ரிமூவர் இல்லனா பிராந்திய தடவிட்டு வேலை செய்யணும், கை ரேகையை அவ்ளோ சீக்கிரம் ட்ரேஸ் பண்ண முடியாது, அப்புறம் ஆல்கஹால் சீக்கிரம் ஆவியாகிடும். ஸ்மெல் வெச்சும் மோப்ப நாய் கிட்ட வராது" என்றான். இட்லி சாப்பிட்டுக்கிட்ட இருந்த நாங்க திடுக்கிட்டு எழுந்து ஆச்சர்யத்துடன் டினுவைப் பார்த்தோம்.

அவன் அசராமல் சொல்லிக்கொண்டிருந்தான். “கார் கிட்ட போறதுக்கு முன்னாடி டீக்கடையில வடை வாங்கி பேப்பர்ல நல்லா பிழிஞ்சிட்டு வடைய சாப்பிட்டு அந்த பேப்பர கார் கண்ணாடி மேல தேய்ச்சி விட்றனும், ஓனர் வண்டியை எடுத்தா ரோடு கிளீனா தெரியக்கூடாது. ஒருவேளை நீங்க காருக்குள்ள தேடிக்கிட்டு இருக்கும்போதும் வெளியே இருந்து பார்த்தா உள்ளேயும் தெளிவா தெரியக்கூடாது, அதுக்குதான்” என்றான். நானும் ரவியும் மிரண்டுபோனோம். இத்தனை வருஷமா சின்னச் சின்ன திருட்டா பண்ணிக்கிட்டு இருக்கோம், இப்படி தெளிவா ஸ்கெட்ச் போட்டுத் திருடியதே இல்லை, இவ்ளோ தெளிவா ஸ்கெட்ச் போட்ற ஒருத்தன பார்த்ததும் இல்லை. மொட்ட ரவி இட்லியை அப்படியே அள்ளி வாயில் போட்டுக்கொண்டு டினுவின் காலில் விழுந்தான். “தெய்வமே இனி நீதான் எங்க குரு” என்று கத்தினான்.

“இவ்ளோ ப்ளான் பண்றானே, நாள பின்ன நம்மள மாட்டிவிட்டுட்டு எஸ்கேப் ஆய்டுவானு யோசிக்கிறியா” என்றான் என்னைப் பார்த்து.

இதயத்தை எக்ஸ்ரே எடுத்தது போல் கேட்டுவிட்டான் டினு. நான் ஒன்றும் பேசமுடியாமல் தலையை மட்டும் ஆட்டினேன்.

“நான் சொல்றத செஞ்சா உங்களுக்கு லாபம். நான் சொல்றத சொதப்பிட்டிங்கனா உங்களுக்கு நட்டம் இல்ல, எனக்கு வாழ்க்கையே போச்சு, ஸோ உங்கள விட எனக்குதான் இதுல ரிஸ்க். யோசிக்கிறதா இருந்தா நான்தான் யோசிக்கணும்“ என்று அமைதியாகக் கூறினான் டினு.

“நீங்க சொல்லுங்க, நாங்க செய்றோம்” என்று கூறினேன்.

அப்போது தூரத்திலிருந்து யாரோ ஒருவர் அழைக்க டினு திரும்பிப் பார்த்து வருவதாகச் சொன்னான். எங்களுடைய செல்போன் நம்பரை வாங்கிவைத்துக்கொண்டு சீக்கிரம் கூப்பிடுவதாகச் சொன்னான்.

அப்படித்தான் டினு எங்களுக்குப் பழக்கம். டினுவுக்குப் பகலெல்லாம் பில்டிங் கட்ற வேலைதான். ஆனா எந்தக் கடையில் எவ்ளோ வியாபாரம், எந்த வீட்ல எத்தனை வண்டி, எந்த வீட்ல எத்தனை பொம்பளைங்க, எத்தனை ஆம்பளைங்க, எந்தெந்த சின்ன குழந்தைங்க நகையோட இருக்குது, எந்த தெரு முட்டு சந்து, எந்த வீட்ல நாய் இருக்கு, எந்த வீட்டு காம்பவுண்ட் சுவர் எவ்ளோ உயரம், எந்த வீட்டு காம்பவுண்டு சுவர் மேல கண்ணாடி பதிச்சி இருப்பாங்க, எந்த வீட்ல சிசிடிவி இருக்கு, சிசிடிவி கண்ல மாட்டாம முட்டைய எப்படி வீசணும், வீசிட்டு

எப்படி பபிள் கம்மை ஒட்டணும், செருப்போ – ஷூவோ போடாம ஸ்டாக்கின்ஸ் போட்டு நடக்கணும்னு எங்களுக்கு தெரியாத எல்லா வித்தையையும் சொல்லி கொடுத்தது டினுதான்.

“இவ்ளோ சொல்லித் தர்றியே, நீ ஏன் திருட மாட்ற” என்று ஒருநாள் மொட்ட ரவி டினுவிடம் கேட்க, மணிப்பூர் பக்கத்துல வாயில் நுழையாத ஒரு கிராமத்தின் பேரைச் சொல்லி அங்க உள்ள சாமி தன்னைப் பார்த்துக்கொண்டிருப்பதாகவும் திருடினால் அந்த சாமி மாட்டிவிட்டு விடும் என்று சிரித்துக் கொண்டு சொன்னான். அதைக்கேட்டு விழுந்து விழுந்து சிரித்தான் மொட்ட ரவி. “யோவ், சிசிடிவி கண்ல மண்ணு தூவுற வித்தையே சொல்லித்தர்ற, சாமிக்கு பயப்பட்ற, என்ன முட்டாக்... நெனச்சியா” என்று கேலி செய்தான். “இல்ல ரவி, நான் ஒருநாளும் என் கையால திருட மாட்டேன்” என்று முகத்தை விறைப்பாக வைத்துக்கொண்டு சொன்னான் டினு. அதற்குப் பிறகு நானோ ரவியோ டினுவை வற்புறுத்தியதில்லை. முதலில் ஒரு ஊருக்கு டினு வேலைக்கு செல்வான். அந்த ஊரின் நீள அகலம் உட்பட எல்லாவற்றையும் முழுதாக மனதில் பதித்து எங்களுக்கு அழைப்பு விடுப்பான். அவனே திட்டமும் போட்டுத் தருவான். அதனைச் செய்வதுதான் எங்கள் வேலை. நகையோ பொருளோ திருடியதை விற்றுப் பணமாகக் கொண்டுவந்தால் வெள்ளைத்துணியை ஈரத்தில் நனைத்து அதில் பணத்தை வாங்கிக் கொள்வான். அதனை என்ன செய்கிறான் என்று தெரியாது. நாங்கள் வழக்கம்போல் டாஸ்மாக் அப்புறம் இத்யாதி, இத்யாதி.

போரூரில் புதிதாகக் கட்டப்பட்ட அடுக்குமாடிக் குடியிருப்பில் திருட திட்டம் போட்டுக் கொடுத்தான் டினு. பிறந்தநாட்களின்போது நுரை போன்று ஸ்ப்ரே செய்வார்களே அந்த டப்பா ஒன்றையும், சாலையோரத்தில் விற்கப்படும் இன்ப்ரா ரெட் விளையாட்டுப் பொருள் ஒன்றையும் வாங்கச் சொன்னான். இன்ப்ரா ரெட் என்றால் ஒரு பட்டனை அமுக்கினால் அடர்சிவப்பு நிறத்தில் ஒரு கற்றை போல் வரும் வெளிச்சம் அது. பத்து ரூபாய்தான். இரண்டையும் வாங்கிக்கொண்டோம். எப்போதும் திருடப்போகும்போது இரண்டு வீடுகள் தள்ளியிருக்கும் வீட்டில் இருந்து வாசலில் விடப்பட்டிருக்கும் செருப்புகளைப் போட்டுக் கொள்ள வேண்டும். திருடிய வீட்டிலேயே அந்தச் செருப்புகளைப் போட்டுவிட வேண்டும். இந்தமுறை மந்திரித்து ஏவல் செய்தது போல் உள்ளங்கையளவு பொம்மை ஒன்றையும் கொடுத்து விட்டிருந்தான் டினு. திருடிய பின்னர் பால் பாக்கெட்டுகள் போடுவதற்காக போடப்பட்டுள்ள பெட்டியில் அந்தப் பொம்மையைப் போடச் சொன்னான்.

டினு போட்டுக் கொடுத்த திட்டத்தின்படிப் போரூருக்குச் சென்றோம். அடுக்குமாடிக் குடியிருப்பிலிருந்து ஐம்பதடி தூரத்தில் நின்றுகொண்டு இன்ப்ரா ரெட் ஒளியைக் குறிபார்த்து சிசிடிவி மீது அடித்தான் மொட்ட ரவி. நான் சிசிடிவி மீது நுரையை ஸ்ப்ரே செய்தேன். அதன் கதை முடிந்தது. கையளவு எடுத்துவந்த லாரி டயருக்குப் போடப்படும் கிரீசைப் பின்பக்க கிரில் கேட்டில் தடவினேன். பூட்டின் மீதும் சாவித் துவாரத்திற்குள்ளும் சர்க்கரையைக் கொட்டினேன். சிறிய டெஸ்ட் டியூபில் ரப்பர் மூடிபோட்டு டினு கொடுத்திருந்த சல்ப்யூரிக் ஆசிட்டைக் கவனமாக எடுத்துக் கைகளில் படாமல் திறந்து சர்க்கரைமீது மெதுவாக ஊற்றினேன். மூக்கைப் பொத்திக்கொண்டு, கண்களில் படாமல் எட்டநின்று கவனமாக ஊற்றச் சொன்னான். அதுபோலவே செய்தேன். என்னமோ மந்திரம் போட்டதுபோல சர்க்கரை கருப்புநிறப் பாம்புபோல பொங்கி எழுந்தது. கூடவே பூட்டின் இரும்பு வளையமும் உருகி வழிந்தது. தொப்பென்று விழப்போன பூட்டைத் தரைக்கு முன்னதாகப் பிடித்து ஓரம் வைத்தேன். கிரில் கேட் சத்தமில்லாமல் திறந்தது. உள்ளே குமிழ் போட்ட கதவு. பாக்கெட்டில் இருந்த கிரெடிட் கார்டை எடுத்துக் குமிழுக்கு நேராகக் கதவிடுக்கில் வைத்து அழுத்தி, சிறிய ஸ்க்ரூ ட்ரைவரால் குமிழுக்கு நடுவே உள்ள ஓட்டையை அழுத்த கதவும் திறந்தது.

உள்ளே யாரும் இல்லை. மிக இயல்பாகப் படுக்கையறைக்குச் சென்றோம். இரண்டு கைப்பிடிகள் கொண்ட பெரிய பீரோ இருந்தது. மொட்ட ரவி பாக்கெட்டிலிருந்து இரண்டு சிறிய கம்பிகளை எடுத்து எட்டு வடிவில் பிணைத்து உள்ளே விட க்ளக் என்ற சத்தத்துடன் பீரோ லாக்கர் விடுபட்டது. அதற்குள்ளிருந்த சிறிய லாக்கரின் இடைவெளியில் ஸ்க்ரூ ட்ரைவரைக் கொண்டு வேகமாகப் பிதுக்கக் கதவு நெளிந்து திறந்தது. இருபது சவரன் நகைகள் இருக்கும். கூடவே ஐம்பதாயிரம் ரூபாய். கமுக்கமாக எடுத்துக்கொண்டு வந்த வழியே கதவுகளை மூடி விட்டு வெளியேறிப் பால் பாக்கெட் பெட்டிக்குள் மந்திரித்த பொம்மையைப் போட்டுவிட்டு நழுவினோம். போரூர் ஜங்ஷனுக்கு வந்து நடைபாதையில் பிச்சைக்காரர்களுடன் படுத்துக்கொண்டோம். அதிகாலை கிண்டியை நோக்கி ஷேர் ஆட்டோக்கள் செல்ல அதில் ஏறிக் கிண்டி சென்று அங்கிருந்து செங்கல்பட்டு ரயிலேறி அதன்பிறகு உளுந்தூர்பேட்டை வந்து சேர்ந்தோம். வழக்கம்போல் வெள்ளைத்துணியை ஈரமாக்கித் தன் பங்கை வாங்கிக் கொண்டான் டினு.

“நகை, பணம் இல்லாம வேற ஏதாச்சும் எடுத்தீங்களா” என்று கேட்டான் டினு.

“இல்லையே” என்று நான் சொன்னேன்.

மொட்ட ரவியும் மெதுவாக இல்லையென்று சொல்ல, “என்ன எடுத்த ரவி” என்று கேட்டான் டினு.

“பென் ட்ரைவ் ரெண்டு இருந்தது. அத எடுத்தேன்” என்று சொன்னான்.

“ஆயிரம் பர்சனல் வச்சி இருப்பாங்க, அத பார்த்து நீ என்ன செய்யப் போற ரவி? எப்போ தேவையில்லாத விஷயங் களுக்கு மனசு கவனம் கொடுக்குதோ, அப்போ கவனமா செய்ய வேண்டிய வேலைகளில் பிசகிடுவ, ஞாபகம் வச்சிக்க” என்று கோபபட்டான் டினு.

“நகை, பணம் கரைஞ்சிடும். ஆனா போட்டோ, வீடியோ, செல்போன், கம்ப்யூட்டர் இதெல்லாம் காட்டிக் கொடுத்துடும், ஜாக்கிரதை” என்று சொல்லிவிட்டுக் காணாமல் போனான். அடுத்த இரண்டு மாதங்களுக்கு டினுவிடமிருந்து எந்தத் தகவலும் இல்லை.

பிறகு ஏற்காட்டுக்கு வரச்சொல்லி டினுவின் செல்போன் அழைப்பு வந்தது. எப்போதும் போல் ஏதோஒரு லேண்ட்லைன் நம்பர். அவன் செல்போன் வைத்திருந்து நாங்கள் பார்த்ததில்லை.

ஏற்காட்டில் சக்ர மஹா மேரு கோயில் தாண்டி மலைச்சரிவில் புதிதாகக் கட்டப்பட்ட ரிசார்ட் ஒன்றின் அருகில் சந்தித்தான் டினு. ஓட்டல்களில் சமையல் வேலை செய்பவர்கள் போன்று கருப்பு பேண்ட், வெள்ளைச் சட்டை அதற்கு மேலே கருப்பு நிற வி வடிவிலான கோட் என்று பார்ப்பதற்கே ஆள் அம்சமாக இருந்தான். “ஓட்டல்ல வேலைக்குச் சேர்ந்துட்டியா டினு” என்று மொட்ட ரவி கேட்க, மையமாகத் தலையை மட்டும் ஆட்டினான். எந்த ஓட்டல் என்று நானும் கேட்கவில்லை, அவனும் சொல்லவில்லை.

திப்பரேரி காட்சிமுனைக்கு அருகிலுள்ள இண்டிகோ ரிசார்ட்டில் இரண்டாவது தளத்தில் ரூம் நம்பர் 301இல் அறை எடுக்கச் சொன்னான்.

“அந்த ரூம் தருவாங்கனு எப்படி கேரண்டி டினு?” என்று மொட்ட ரவி கேட்டான்.

“நாளைக்கு காலையில் நீங்க பதினொரு மணிக்குப் போங்க, நார்த் இண்டியன் பேமிலி அறையைக் காலி பண்ணிட்டு வெளியே வருவாங்க, அப்போ போயிட்டு செக் இன் பண்ணுங்க, ரூம் கிடைக்கும்.”

“அங்க சிசிடிவில மாட்டிக்கிட்டா முகம் தெரிஞ்சிடுமே” என்று கேட்டான் மொட்ட ரவி.

“அந்த ரிசார்ட்ல பேருக்குத்தான் சிசிடிவி இருக்கு. அது ரிப்பேராகி ரெண்டு மாசம் ஆச்சு. இன்னும் சரி பண்ணல” என்றான் டினு.

“அப்போ சரி” என்று தலையாட்டினான் ரவி.

“ரூம் நம்பர் 302இல் நெதர்லாந்து நாட்டுக்காரன் ஒருத்தன் இருக்கான். அவன்தான் டார்கெட்.”

“உங்க ரூம் டாய்லெட்டும் அந்த ரூம் டாய்லெட்டும் வெறும் மர ப்ளைவுட்லதான் பிரிச்சி இருக்கு. அதோட ஸ்க்ரூவை எம்பி தள்ளுனா ப்ளைவுட் தனியா வந்துடும். அறுக்க வேண்டிய அவசியம் இல்லை. திரும்பி வரும்போது அதேபோல வெச்சி அழுத்திடுங்க.”

“சேலம் ஜங்ஷன்ல ப்ளாட்பார்ம்ல விக்குற பழைய ட்ரெஸ் நாலஞ்சி வாங்கிப் புது பேக்ல போட்டுக்குங்க. ஐடி கார்டு கேப்பாங்க, யாராச்சும் ஒருத்தர் கொடுங்க, யார் கொடுக்க போறீங்களோ அந்த ட்ரைவிங் லைசென்ஸ் மேல நெயில் ரிமூவர் தடவிட்டு கொடுங்க. ஸ்கேன் செஞ்சா போட்டோ கருப்பாதான் வரும். நீங்களே முந்திக்கிட்டு டோனர் மாத்தணும் போல என்று சொல்லுங்க” என்று தெளிவாகச் சொல்லிக் கொடுத்தான். “செல்போன் நம்பர் மாத்திக் கொடுங்க” என்றான்.

அவன் சொன்னதுபோலவே எல்லாமே நடந்தது. 302 ரூமுக்குள்ளும் போய்விட்டோம். டிவி ஸ்டேண்ட் ட்ராவிலேயே கொத்துக் கொத்தாக வெளிநாட்டுக் கரன்சிகள் இருந்தன. எவ்வளவு என்று தெரியவில்லை. கூடவே நம்ம ஊரு நோட்டுக்களும் ஒரு கட்டு. இரண்டையும் எடுத்துக்கொண்டேன். புத்தம்புது லேப்டாப் இருந்தது. மொட்ட ரவி அதனைத் தடவிப் பார்த்து எடுத்தான். “டேய் அது எதுக்குடா” என்று நான் திட்டினேன். “ஆசையா இருக்கு மச்சி” என்று அதனைத் திறந்து பவர் ஆன் செய்தான். “வாடா போலாம்” என்று நான் மர ப்ளைவுட் அருகே சென்றேன். அவன் லேப்டாப்பில் எண்டர் பட்டனை அழுத்த கேமரா க்ளிங் என்று அவனைப் படம் பிடித்தது. பயந்துபோன மொட்ட ரவி லேப்டாப்பைக் கீழே போட்டுவிட்டு என்னுடன் ஓடிவந்தான். “மச்சான் ஏதோ போட்டோ புடிச்சா மாதிரி இருந்தது” என்று பயந்து போய்ச் சொன்னான். மர ப்ளைவுட்டை எடுத்தது போலவே வைத்துவிட்டு, கொண்டு வந்திருந்த பைகளையும் அறையிலேயே போட்டுவிட்டு அறையைப் பூட்டிக்கொண்டு அவசரம் அவசரமாக வெளியேறினோம்.

நேராக கரடி பார்க் சென்று பகல் முழுக்க உட்கார்ந்து இருந்தோம். டினுவிடம் இருந்து அழைப்பு வந்தது. வந்தவன் மரத்தில் சாய்ந்துகொண்டு "என்ன நடந்தது" என்று கேட்டான். நடந்ததைச் சொன்னோம்.

"நீங்க வந்தபிறகு அங்க என்ன ஆச்சுனு தெரியுமா" என்று கேட்டான்.

"தெரியாது" என்று மொட்ட ரவி பயந்துபோய்க் கூறினான்.

"அந்த லேப்டாப்க்கும் செல்போனுக்கும் ஒரு கனெக்‌ஷன் போட்டு வச்சிருக்கான் நெதர்லாந்துகாரன். நேரா வந்து ஓட்டல் ரிசப்ஷன்ல கத்தி ஒரே கலாட்டா. எல்லாரும் ரூமை திறந்து பார்த்து இருக்காங்க, உள்ளே பணம் இல்லை. போலீஸ் கம்ப்ளைண்ட் ஆகிருச்சு" என்று பெருமூச்சு விட்டான்.

"நான் எத்தனை தடவ சொல்லியிருக்கேன், போனா போன வேலைய மட்டும் பாக்கணும்னு" என்று கண்களை இடுக்கியபடிச் சொன்னான்.

தலையில் கைவைத்து அமர்ந்த மொட்ட ரவி, "மன்னிச்சுடு டினு" என்றான்.

"சரி" என்று தலையை ஆட்டிய டினு, "மலைக்கு மேலே போங்க, சேர்வராயன் கோயில் பக்கத்துல கொஞ்ச தூரம் போனீங்கனா பச்சப்பட்டினு சின்ன கிராமம் இருக்கு. அங்க எந்த வீட்டுக்குப் போய் ஆயிரம் ரூபா கொடுத்தாலும் தங்க வச்சி சாப்பாடு போடுவாங்க. அவங்களுக்குத் தொழிலே அதுதான். ரெண்டு நாள் கழிச்சி நான் கூப்பிட்றே"னு சொல்லிவிட்டு எங்களிடம் இருந்த எல்லா பணத்தையும் ஈரத்துணியில் வாங்கிக்கொண்டு போனான். அதற்குப் பிறகு இன்றுதான் பேசுகிறான். இந்தமுறை சொதப்பக் கூடாது என்று தெளிவாகக் கூறிவிட்டான்.

டினு பேசி வைத்தபிறகு, "இப்போதான் பிரச்னை ஆகி இருக்கு, இந்தமுறை வேணாம் ரவி, அடுத்தமுறை பார்த்துக்கலாம்" என்று கூறினேன்.

"இல்ல மச்சி, டினு என்னை தப்பா நெனச்சிட்டான், அது இல்லனு நான் ப்ரூப் பண்ணி ஆகணும்" என்று மொட்ட ரவி உறுதியாக கூறினான்.

வேறுவழியின்றி லேக்வியூ ரிசார்ட்டுக்குச் சென்றோம். இந்தமுறை ரிசார்ட்டில் அறைப் பதிவு செய்யவில்லை. ஹோட்டலுக்குப் பின்னால் இருந்த சமையல்கட்டின் கதவு

திறந்து இருக்கும். மதியம் ஒரு மணிக்கு உள்ளே நுழைந்து சிலிண்டர் பக்கத்தில் உள்ள மர ஷெல்பில் ஒளிந்துகொள்ள வேண்டும். பகல் முழுக்க அடங்கி இரவுவரை. செல்போன் ஸ்விட்ச் ஆப் செய்யச் சொல்லியிருந்தான். அதற்கு முன்னதாகவே பாத்ரூம் போய்விட்டு வந்துவிட வேண்டும். எட்டு மணிநேரம் குடிக்க நீரின்றிப் படுத்துக்கிடக்க வேண்டும். அதன்பிறகு சமையல் கட்டிலிருந்து வெளிவந்து சாப்பாட்டு மேஜையைத் தாண்டி மேனேஜர் அறைக்குச் செல்ல வேண்டும். வாரம் ஒருமுறை மேனேஜர் வங்கிக்குச் செல்வது வழக்கம். எனவே கண்டிப்பாக ரொக்கம் இருக்கும். எடுத்துக்கொண்டு கம்பி நீட்ட வேண்டும்; அதைத்தான் இந்தமுறை சொதப்பக் கூடாது என்று கூறியிருந்தான்.

டினு சொன்னதுபோலவே பதுங்கிக் காத்திருந்து, மேனேஜர் அறைக்கும் வந்துவிட்டோம். மேஜை டிராவைத் திறந்தோம். ட்ரீங்ங் என்று அலாரம் அடித்தது. அமைதியான அந்த இரவில் அலாரம் எழுப்பிய ஒலி வயிற்றுக்குள் பக்கென்று சத்தத்துடன் பற்றிக்கொண்டது. மொட்ட ரவிக்குச் சிறுநீரே வந்துவிட்டது. தபதபவென்று திரும்பி ஓடினால் சமையல் கட்டின் பின்பக்கக் கதவு மூடப்பட்டிருந்தது. முன்பக்கம் செல்வதற்குள் வெளியில் லைட் போடப்பட்டது. நாலைந்து பேர் ஓடிவரும் சத்தமும் கேட்டது. மொட்ட ரவி அழ ஆரம்பித்தான். சோர்ந்து போய் டைனிங் ஹாலின் தரையில் அமர்ந்துவிட்டேன். கதவைத் திறந்து செக்யூரிட்டிகள் நான்கு பேர் கைகளில் தடியுடன் வந்து முதல் அடி எனக்கு மண்டையில். மொட்ட ரவி அலறல் ஒலி நாய் குரைப்பது போல் கேட்டது.

ஏற்காடு போலீஸ் ஸ்டேஷன் கொண்டுசெல்லப் பட்டோம். முதல் அரைமணிநேரம் பின்னியெடுத்துவிட்டார்கள். “காலையில் ஐயா வரட்டும், அப்புறம் பார்த்துக்கலாம்” என்று அறைக்குள் தள்ளிப் பூட்டினார்கள். கை, கால், மண்டை என்று எல்லா இடத்திலும் ரத்தம். தூங்கினேனா மயங்கினேனா என்று தெரியாது. காலையில் ஒருவர் எட்டி உதைக்க எழுந்து அமர்ந்தேன். எனக்கு முன்னாடியே மொட்ட ரவி வீங்கிய முகத்துடன் அமர்ந்திருந்தான். சப் – இன்ஸ்பெக்டர் வந்து “என்ன நடந்தது” என்று கேட்டார்.

“ஐயா நாங்க தெரியாம பண்ணிட்டோம், இதுதான் முதல்முறை” என்று சொன்னேன்.

ஓங்கி ஒரு அறை விட்டார். காதுக்குள் சத்தம் கேட்டது.

அவர் கையிலிருந்த வெள்ளைத் தாளில் என்னுடைய ட்ரைவிங் லைசன்ஸ் கருப்பு நிறத்துடன் பெரிய அளவில் இருந்தது. மற்றொரு தாளில் மொட்ட ரவி திருதிருவென்று லேப்டாப்பைக் குனிந்து பார்க்கும் போட்டோ இருந்தது.

சரி, எல்லாத்தையும் தோண்டி எடுத்துட்டாங்க என்று புரிஞ்சிக்கிட்டேன்.

"ஐயா, ஐயா, எல்லாத்தையும் சொல்லிட்றோம்" என்று மொட்ட ரவி சப்–இன்ஸ்பெக்டர் காலில் விழுந்தான். காலை உதறிக்கொண்ட அவர் "சொல்லு" என்றார்.

டினுவைச் சந்தித்தது முதல் நேற்றிரவு வரை சொல்லி முடித்தான். அருகிலிருந்த கான்ஸ்டபிள் அதனை வீடியோவில் ஷூட் செய்துகொண்டார். சப்–இன்ஸ்பெக்டர் யாருக்கோ செல்போனில் தொடர்பு கொண்டார்.

"வணக்கம் ஓட்டல் அசோசியேஷன் முருகானந்தம் சாரா?"

மறுமுனையில் ஏதோ ஒரு குரல் கேட்டது.

"டினுன்னு யாராச்சும் மணிப்பூர்காரனை நம்ம ஊர் ஓட்டல்ல வேலைக்குச் சேர்த்து இருக்காங்களா? எங்க ஸ்டேஷன்க்கு அப்டேட் எதுவும் வரலியே" என்று கேட்டார்.

"ஹா அஞ்சு நிமிஷத்துல லைனுக்கு வாங்க" என்று சொல்லி வைத்தார்.

விழுப்புரம் ஸ்டேஷனுக்கு போன் செய்து அங்கும் தகவல் கேட்டார்.

ஸ்டேஷனில் ஆள் ஆளுக்கு வேலை செய்துகொண் டிருந்தார்கள். நாங்கள் இருவரும் குத்துக்காலிட்டு அமர்ந்திருந் தோம். ஐந்து நிமிடத்திற்கு பிறகு சப்–இன்ஸ்பெக்டரின் செல்போன் அடுத்தடுத்து அடித்தது. முதல் போனில் பேசிய ஓட்டல் முருகானந்தம், டினு என்ற பெயரில் சமீபத்தில் யாரும் வேலைக்கு எடுத்துக்கொள்ளப்படவில்லை என்றும் கடந்த இரு மாதங்களில் எந்தவொரு வடஇந்தியரும் வேலைக்குச் சேரவில்லை என்றும் கூறினார். விழுப்புரம் ஸ்டேஷனிலிருந்து வந்த தகவலில் டினு என்ற பெயர் வடஇந்தியர் பட்டியலில இல்லை என்று கூறிவிட்டார்கள்.

இந்தமுறை மொட்ட ரவிக்கு மீண்டும் அடி. "ஒழுங்கு மரியாதையா உண்மைய சொன்ன விட்டுறுவேன். இல்லனா அவ்ளோதான்" என்று எட்டி எட்டி உதைத்தார். "ஐயோ அதான்

சார் சொன்னான்" என்று மொட்ட ரவி குலுங்கிக் குலுங்கி அழுதான்.

சப்–இன்ஸ்பெக்டர் மீண்டும் யாருக்கோ போன் பேசச் சென்றுவிட்டார். மொட்ட ரவி விழுந்துகிடந்தான். நான் சுவரில் சாய்ந்து கண்களை மூடிக் கொண்டேன்.

திடீரென்று மண்டைக்குள் சுத்தியலால் அடித்த மாதிரி இருந்தது. முதன்முறை உளுந்தூர்பேட்டை பாலத்தின் கீழே எங்களிடம் டினு பேசிக்கொண்டிருந்தபோது, தூரத்தில் அவனை "மோரியா" என்று சொல்லி அழைத்தது இப்போது தெளிவாகக் கேட்டது. "மோரியா, மோரியா, மோரியா" என்று மீண்டும் மீண்டும் கேட்டது. ஏற்காட்டில் பார்க்கும்போது சர்வர் உடையில் இருந்தான், ஆனால் அவன் கோட்டில் பெயர் இல்லை. அவன் வெள்ளைத் துணியில் பணம் வாங்கும் போதெல்லாம் அதன் ஓரத்தில் எம் என்று ஆங்கிலத்தில் எம்ப்ராய்டரி செய்யப்பட்டிருந்ததும் நினைவுக்கு வந்தது. ஞாபகங்கள் வரவர சோர்வுதான் ஏற்பட்டது. இனி ஒன்றும் செய்வதற்கில்லை. எப்படி இருந்தாலும் ஜெயிலுக்குப் போவது நானும் மொட்ட ரவியும்தான். இல்லாத டினுவை எங்கே என்று போலீசார் தேடுவார்கள். அவர்களுக்கு நாங்கள் கிடைத்து விட்டோம்.

கடைசியாக ஓட்டல் ப்ளான் போட்டுக் கொடுக்கும்போது வழக்கத்திற்கு மாறாக, செல்போனிலேயே எல்லாவற்றையும் சொன்னான். நேரில் வரவில்லை. ஏனோ, மோரியா என்ற பெயரை போலீசில் சொல்லத் தோன்றவில்லை. மணிப்பூரோ அல்லது ஏதோ ஒரு ஊரோ ஏதாவது ஒரு ரயிலில் ஜன்னலோரம் முகம் புதைத்து டினு சென்று கொண்டிருக்கக் கூடும் என்று தோன்றியது. டினு இல்லை, டினு மோரியா.

•

சாத்தானே அப்பாலே போ

ராயப்பேட்டையின் ஒய்எம்சிஏ திடலில் அவ்வளவு கூட்டம். இங்குதான் வரச்சொல்லி இருந்தான். அகன்று விரிந்த பெரிய மேடை. அதன் வெண்திரையில் ரத்தம் சொட்டும் இயேசுவின் உருவம். கொட்டை எழுத்துக்களில் உபவாச எழுப்புதல் கூட்டம் என்று எழுதப்பட்டு இருந்தது. அருகில் சிரித்த முகத்துடன் கோட் அணிந்தபடி கையில் மைக்குடன் பாக்கியராஜ். மண்டையில் தட்டிக்கொண்டேன். எனக்கு அவன் பாக்கியராஜ். ஊருக்கு ஜெரால்டு அமலதாஸ். அவன் கிறிஸ்துவ மதப்போதகராக வந்து நிற்பான் என்று நாங்களெல்லாம் கற்பனைகூட செய்தது கிடையாது. திடீரென மக்களின் ஆரவாரம். மேடையில் ஜெரால்டு அமலதாஸ் தோன்றி ஏதோ பேசத் தொடங்கினான். இந்த வெள்ளத்தில் நீந்திப்போய் அவனைப் பார்ப்பது அவ்வளவு எளிதான காரியமாகத் தோன்றவில்லை. நிகழ்ச்சி முடியட்டும், பிறகு பார்த்துக்கொள்ளலாம் என்று கூட்டத்தில் ஒருவனாக அமர்ந்துவிட்டேன்.

“கனத்துக்குரிய ஊழியர் யாவரும் கலந்து கொள்வோம், ஊழிய வளர்ச்சிக்காக ஜெபிப்போம், ஆத்துமாக்களைச் சுதந்தரிப்போம், ஆண்டவரே, அல்லேலுயா, ஆமென்.”

“இயேசப்பா துணையிருக்க எங்கேயும் ஜெயித்திடலாம், இயேசப்பா துணையிருக்க யாரையும் ஜெயித்திடலாம். அல்லேலுயா, ஆமென்.”

"எழுப்புதல் வரும் பின்னே, உபத்திரவம் வரும் முன்னே ... சாத்தான்களின் காலம் நம்மை ஆள்கிறது, அஞ்சவேண்டாம் பிள்ளைகளே, ஆண்டவரின் படை வந்துகொண்டிருக்கிறது ..."

மேடையில் ஆக்ரோஷமாகக் கொந்தளித்துக்கொண் டிருந்தான் ஜெரால்டு அமல்தாஸ். கண்களை மூடி உருக்கமான வேண்டுதலோடு, கைகளை ஆட்டிப் பேசிக்கொண்டிருந்த அமல்தாசைப் பார்க்கும்போது ஆச்சர்யமாக இருந்தது. பண்ருட்டி பக்கத்துல மருங்கூர் பள்ளிக்கூடத்துல ஹெட்மாஸ்டர் அறை எதிரில் முட்டிபோட்டுக்கொண்டிருந்த பாக்கியராஜா இது? நம்பவே முடியவில்லை.

பாக்கியராஜோட சொந்த ஊர் சாத்தமாம்பட்டு. அங்கிருந்து கூலிவேலைக்கு மருங்கூருக்கு அவங்க அப்பா வர, கூடவே இவனையும் மருங்கூர் அரசுப் பள்ளியில் ஆறாம் வகுப்பு சேர்த்தார்கள். பாக்கியராஜ் என்றாலே நினைவுக்கு வருவது எப்போது பார்த்தாலும் சட்டை பட்டன்களை மாற்றிப்போட்டு ஏற்ற இறக்கத்தோடு வந்து நிற்பதுதான். அவனைப் பார்த்தாலே கலாவதி டீச்சருக்கு ஆகாது. "ஏண்டா பரட்டைத் தலையா, சட்டை பட்டனைக் கூட ஒழுங்கா போடத்தெரியாதா" என்று அடி வெளுத்துவிடுவார். வகுப்பறையின் பின்சுவரில் ஜாக்கெட் பட்டனைத் திறந்துவிட்டு இருக்குற மாதிரி ஒரு பொம்மை வரைஞ்சு கலாவதி டீச்சர் என்று எழுதினான் பாக்கியராஜ். அதற்குதான் ஹெட்மாஸ்டர் அறை எதிரில் முட்டிபோட வைத்தார்கள். வேடிக்கை பார்த்த குற்றத்திற்கு நானும் முட்டிபோட வேண்டியதாகி விட்டது.

நான் விசும்பி விசும்பி அழ, குனிந்து என் காதருகே வந்த பாக்கியராஜ் கண்ணடித்து, "கலாவதி டீச்சரை கரெக்டா வரைஞ்சிருந்தேன்ல" என்று கிசுகிசுத்தான். எனக்குப் பயம் நெஞ்சை அடைத்துக்கொண்டது. பாக்கியராஜ் முட்டிப்போட்டுக் கொண்டே ஆறாம் வகுப்பு பி பிரிவு மாணவிகளைப் பார்த்துச் சிரித்துக்கொண்டிருந்தான். "எதுக்குடா பயப்படணும், தூக்குலயா போட்றுவாங்க, பாத்துக்கலாம்டா" என்று தலையைக் கோதிவிட்டுக்கொண்டான். அதுதான் பாக்கியராஜ். அதற்குப் பிறகு அவன் பள்ளியை விட்டு வெளியேறும்வரை கலாவதி டீச்சருக்கு அவனைக் கண்டாலே கொஞ்சம் பயம்தான்.

பத்தாம் வகுப்புவரை அவன் பண்ணாத கலாட்டாவே கிடையாது. பள்ளிக்கூட வாலிபால் கேப்டன் அவன்தான். ஆள் நல்ல வளர்த்தி, உள்ளங்கை ஒவ்வொன்றும் முறம் மாதிரி இருக்கும். அவங்க அப்பா கூட வயல்வேலை பார்ப்பதால கை, கால் எல்லாம் முறுக்கி முறுக்கி மூங்கில் மாதிரி ஆச்சு.

ஓங்கி அறைஞ்சா அன்னிக்கு முழுக்கக் காது கேக்காது. அவன்கிட்ட அடிவாங்காத பசங்களே கிடையாது. எல்லா வகுப்புலயும் இருக்குற அழகான பொண்ணுங்க அவனோட ஆளுனு சொல்லுவான். யாராச்சும் அந்த பொண்ணுங்க கிட்ட பேசுனா, மைதானத்துல வச்சோ, பாத்ரூம் போகும்போதோ அடி பின்னி எடுத்துவிடுவான்.

ஒருமுறை எல்லாரும் வரிசையில் நின்று தமிழ்த் தாய் வாழ்த்து பாடும்போது கலைவாணியின் பின்னலைப் பிடித்து இழுத்துவிட்டான். அந்தமுறை பிரச்சினை பெரிதாகிவிட்டது. கலைவாணியின் அப்பா, அம்மா ஸ்கூலுக்கே வந்து ஹெட்மாஸ்டரிடம் புகார் கொடுக்க, பாக்கியராஜின் அப்பா வரவழைக்கப்பட்டார். பூஞ்சையாக மெலிந்து சட்டைக்குள் புதைந்துகொண்டிருந்த அவரைப் பார்க்கும்போதே பரிதாபமாக இருந்தது. காலில் செருப்பில்லாமல், தொளதொளவென ஒரு சட்டை போட்டுக்கொண்டு வந்து நின்றார். அவரருகில் தலையைக் குனிந்து பற்களைக் கடித்தபடி சிலைபோல் நின்றிருந்தான். ஹெட்மாஸ்டர் திட்டித்திட்டி அலுத்துப்போய் இவர்களை அனுப்பிவைக்க, அன்றுமாலையே ஹெட்மாஸ்டரின் பைக் ஹெட்லைட்டைக் கல்லால் அடித்து உடைத்தான். “உங்க அப்பா ஏண்டா அப்படி இருக்காருனு” கேலியாக சின்னு சிரிக்க, அவனை மைதானம் முழுவதும் புரட்டி எடுத்துவிட்டான் பாக்கியராஜ்.

பத்தாவதுக்குப் பிறகு அவன் பண்ருட்டிக்குச் சித்தப்பா வீடு சென்றுவிட்டான். அங்கதான் படிச்சான். லீவுல வரும்போது எங்களைப் பார்ப்பான். அவங்க அக்கா கல்யாணமும் அப்போதான் நடந்தது. இருந்த ஒரேதுண்டு நிலத்தையும் விற்று அந்தக் கல்யாணத்தை நடத்தினார் பாக்கியராஜின் அப்பா. கடமை முடிந்ததாக நினைத்தாரோ என்னவோ, கல்யாணம் முடிந்த மறுவாரமே தூக்கிட்டுத் தற்கொலை செய்துகொண்டார். அந்த வீட்டில் அப்பாவும் இல்லாமல் அக்காவும் இல்லாமல் ஒற்றை ஆளாக மாறிப்போனான். கடன்காரர்கள் சூழ்ந்து நின்று கொண்டு பிணத்தை எடுக்க விடாமல் பிரச்சினை செய்தார்கள். அவனது சித்தப்பாவும் இறுதிச்சடங்கிற்குப் பொறுப்பேற்பதாகவும் எஞ்சிய கடன்களுக்குத் தான் பொறுப்பாக முடியாதென்றும் திட்டவட்டமாகக் கூறிவிட்டார். அக்காவின் கணவர், கவனமாக கூட்டத்தில் மறைந்துகொண்டார்.

பிறகு பஞ்சாயத்துக்காரர்கள் ஒன்றுகூடி அந்த வீட்டில் பாக்கியராஜ் தங்க வேண்டுமென்றும், கடன்கொடுத்தவர்களின் பண்ணையில், மில்லில், தோட்டத்தில் வேலைசெய்து கடனைக் கழிக்க வேண்டுமென்றும் முடிவு எடுத்தார்கள்.

அடுத்து மூன்று வருடங்களுக்கு அந்த வீட்டில் பாக்கியராஜ் மட்டும் தனியாக இருந்தான். ஒவ்வொருமுறையும் இரவில் அவர் தூக்குப்போட்டுக்கொண்டு செத்துப்போன உத்தரம் அருகே போய் நின்றுகொண்டிருப்பான். நானே பலமுறை பார்த்து இருக்கிறேன். ஒன்றுமே பேசாமல் விடிய விடிய அந்த உத்தரத்தைப் பார்த்துக்கொண்டிருப்பான். எல்லாவற்றுக்கும் முன்னால் நின்ற பாக்கியராஜ் போய், வெளிறிய முகமும் பயந்த கண்களுமாய்க் காட்சி அளித்தான்.

மண்டைக்குள் ஓடிய சம்பவங்களுக்குத் திடீர் முட்டுக்கட்டை போட்டது பெருங்கூச்சல். தரைக்கு வந்தவனாய்ச் சுற்றிப் பார்க்க, மேடையை நோக்கிப் பெண்கள் சிலர் ஓடிப்போய் விழுந்து புரண்டு அழ, அவர்களைக் கட்டுப்படுத்த பின்னால் பலர் ஓடினார்கள். “பாருங்கள் ஜனங்களே, இந்தப் பாவிக்குள் புகுந்து கொண்ட சாத்தான் செய்கின்ற காரியத்தை, அடித்து விரட்ட வேண்டாமா? உங்களைப் பீடித்திருக்கிற சாத்தான்களுக்குச் சிம்ம சொப்பனமாய் இயேசுவை நிறுத்துவோம், இயேசுவை நிறுத்துவோம், அல்லேலூயா” என்று பாக்கியராஜ் மேடையில் கத்த கூட்டம் அப்படியே எதிரொலித்தது.

கூட்டம் கலைந்து பெண்கள் வரிசையாக நின்று தங்கள் ஏஜெண்டிடம் பணம் வாங்கிக்கொண்டிருந்தனர். ஆண்கள் நாற்காலிகளை வரிசைப்படுத்தி எடுத்து வைக்க, “அடுத்தவாரம் பெரம்பூர்ல சொல்லி இருக்காங்கடி, உங்க சபை ஆட்களை கூப்டிருக்காங்களா, எங்களை வரசொல்லி இருக்காங்க” என்றாள் முக்காடிட்ட ஒரு பெண். “எங்க சபை ஆட்கள் வரலாமானு தெரியலையே” என்று பதிலளித்தார் முதிய பெண். “ஐக்கிய சபைதான், எல்லா சபை ஆட்களும் வரலாம், பிரச்னை இல்ல” என்று பேசியபடியே அந்தப் பெண்கள் கூட்டம் கடந்து சென்றது. மேடையின் பின்புறம் சென்றபோது பாக்கியராஜுக்கென தனியாக வேன் ஒன்று நின்றிருந்தது. உள்ளே சென்றேன். குளிரூட்டப்பட்ட வேன். மரத்தடுப்பால் சிறிய பாத்ரூம், சுழல் இருக்கை, கண்ணாடி, நீண்ட அங்கிகள், கோட்டு போன்றவை தொங்கிக்கொண்டிருந்தன. மரத்தடுப்பைத் திறந்து முகம் துடைத்தபடி வந்து நின்றான்.

எழுந்து நின்று “பாக்யா” என்று அழைத்தேன். சட்டென்று கண்களில் நீர்கோக்கக் கட்டியணைத்தான். “எவ்ளோ வருஷம் ஆச்சுடா உன்னை பார்த்து, போஸ்டர்ல உன் முகத்தை பார்த்ததும் என்னால நம்பவே முடியல, ஏதோ டிவில வேற வர்றனு பசங்க சொன்னாங்க, எப்பிடி இருக்க, என்ன இது கோலம், ஏன்” என்று அடுக்கடுக்காகக் கேட்டேன். “பத்து

வருஷத்துக்கு முன்னாடி பார்த்தப்போ, பத்திரிகைல வேலை செஞ்சிட்டு இருந்த, அந்த லைன்லயே பெரிய ஆளா வருவனு பார்த்தேன், சட்டுனு இப்பிடி வந்து நிக்குற" என்றேன்.

சிரித்துக்கொண்டே "கர்த்தர் இதுதான் எனக்குக் கொடுத்து இருக்கார். இந்த வாழ்க்கையோட அர்த்தமே அவர் பேர சொல்றதுலதான் இருக்கு" என்றான் பாக்கியராஜ்.

"டேய் மத்தவங்ககிட்ட பேசுறத எல்லாம் என்கிட்ட பேசாத, வெளிப்படையா பேசு" என்றேன்.

"பேச ஆரம்பிச்சாலே இப்பிடிதாண்டா வருது, நான் பேசல, இனி எனக்குனு பேச தனியா ஒன்னு இருக்குனு நினைக்கல, ஆண்டவன்தான் என்னை இப்பிடி பேச வைக்குறான்" என்றான்.

ஆத்திரமாகவும் ஏமாற்றமாகவும் இருந்தது. பழைய பாக்கியராஜ் கிட்ட பேசுற மாதிரியே இல்லை. "சும்மா நிறுத்து, உன்னை ஜெயிக்க முடியல உன்னால, அந்த தோல்விய மறைக்க ஆ ... வூ ...னு கத்துற ... எபினேசர் பின்னாடி சுத்தும்போதும், உன்னால அவ செத்தப்போவும் எங்கடா போனாரு உங்க ஆண்டவரு ... எபினேசர்க்குப் பன்ன பாவத்துக்கு இன்னிக்கு இயேசு கிட்ட பாவமன்னிப்பு கேக்குற" என்று கோபத்துடன் கூறினேன்.

❍

சுழல் இருக்கையில் தலையைக் குனிந்து அப்படியே அமர்ந்து விட்டேன். காதுக்குள் எபினேசர், எபினேசர் என்ற பெயர் மட்டும் கேட்டுக்கொண்டே இருந்தது. எதிரில் அமர்ந்திருக்கும் இந்த நாகு அன்றும் கூடவே இருந்தான். இத்தனை ஆண்டுகள் கழித்தும் கூடவே நிற்கிறான். சட்டென்று பதினைந்து ஆண்டுகள் பின்னோக்கிச் சென்றுவிட்டேன்.

"அப்பா செத்தபிறகு மொத ஒருவருஷம் ஏண்டா வாழ்றோம், செத்து தொலையலாம்னு இருந்துச்சு. ஏன் செத்தாரு, எதுக்காக செத்தாரு, சாகும்போது என்ன நெனச்சி இருப்பாரு, தனியா தூக்குல தொங்கிட்டு இருக்கும்போது யாரையாச்சும் கூப்பிட்டு இருப்பாரா, என்னை கூப்பிட்டு இருந்தா என்கிட்ட என்ன சொல்லி இருப்பாருனு அந்த ஒருவருஷம் எனக்குள்ள லட்சம் கேள்விகள். கூடவே எல்லாரும் ஒரு புழுவைப்போல, ஒரு அடிமையப்போல, ஒரு நாயைப்போல பார்த்தாங்க. ஒரு மனுஷனை எடைபோட்ற கருவிதான் பணம்னு அன்னிக்கு உறைக்க ஆரம்பிச்சுது. பள்ளத்துல இருக்கிற என்னைக் கயிறு கட்டித் தூக்கக்கூடியது படிப்பும் பணமும்தான்னு புரிஞ்சுது."

ஒருபக்கம் ஊர்ல வேலை செஞ்சிக்கிட்டே ஈவ்னிங் காலேஜ் போக ஆரம்பிச்சேன். அப்போதான் முந்திரி எக்ஸ்போர்ட் கம்பெனில எபினேசரைப் பார்த்தேன். லாரியில் லோடு ஏற்றும்போது பில் போடுவது என்னோட வேலை. ஆனால் முந்திரிபழம் கொண்டு வருவதில் இருந்து அதனை பாக்கெட்டில் அடைத்து முந்திரிக் கொட்டைகளாக அனுப்புவதுவரை எல்லா செக்ஷன்லயும் பம்பரமா சுற்றி வேலை செய்தது எபினேசர்தான். தோப்பில் விழுந்துகிடக்கும் முந்திரிகளையும் கனிந்து தொங்கும் பழங்களையும் சேகரித்துக்கொண்டு வருவார்கள். அதிலேயே செஞ்சிவப்பு முந்திரியையும் பச்சை முந்திரியையும் தரம் பிரித்துவிடுவாள்.

அடுத்து, கொட்டையை உடைப்பது. கவனம் சற்றுப் பிசகினாலும் கட்டை விரல் காணாமல் போய்விடும். அப்படிப்பட்ட வேலை. வலது கையில் அடிபம்பு போன்று ஒரு பிடி இருக்கும். அதனை அமுக்கினால் இரண்டு இரும்புத் துண்டுகள் ஒன்றுடன் ஒன்று முட்டிக்கொள்ளும். அந்த இரும்புத் துண்டுகளின் முனை உள்பக்கம் குழைவாக வளைந்து இருக்கும். அந்த இடத்தில் முந்திரிக் கொட்டையை இடதுகையால் வைக்க வேண்டும். அதேசமயம் வலது கையிலுள்ள பம்பின் முனையை அமுக்க வேண்டும். இரண்டு இரும்புத் துண்டுகளும் ஒன்றுடன் ஒன்று மோதும்போது கொட்டையின் கடினமான மேல்பாகம் உடைந்து உள்ளிருக்கும் முந்திரி மட்டும் கீழுள்ள பக்கெட்டில் சேகரமாகும். இதனை எபினேசரை விட இன்னொருவர் வேகமாகச் செய்துவிட முடியாது. அதுவும் எல்லாரிடமும் பேசிக்கொண்டே, சிரித்துக்கொண்டே செய்து முடிப்பாள் அவள்.

எனக்கு முந்திரிக் கொட்டை உடைப்பதை சொல்லிக் கொடுத்தாள் எபினேசர். சரியாகச் செய்யத்தெரியாமல் என் இடது கைக் கட்டைவிரலை நானே அமுத்திக்கொள்ள நகம் உடைந்து ரத்தம் சொட்டியது. உடனே பதறிப்போய் முதலுதவி பெட்டியிலிருந்து அவளே பாண்டேஜ் போட்டுவிட்டாள். அப்புறம் தோல் உரிக்கும் பகுதியில் கொஞ்சநாள், டேபிள் வைத்து முந்திரியைத் தரம் பிரிக்க கொஞ்சநாள், கடைசியில் பேக்கிங் செக்ஷனில் என்று அந்தத் தொழிலின் அத்தனை வடிவங்களையும் சொல்லித் தந்தாள். அதற்குள் என்னவோ நடந்துவிட்டது எங்களுக்குள். வழக்கமான பேச்சுக்களைத் தாண்டித் தனியாகப் பார்த்துக்கொள்ள வேண்டிய நிலைக்குத் தள்ளப்பட்டோம்.

டன் கணக்கில் முந்திரிகளை அவிக்கும் எந்திரம் அருகே பெரும்பாலும் யாரும் வரமாட்டார்கள். அந்தத் தைரியத்தில்

அங்கு இரண்டுபேரும் தனியாக இருந்தோம். அந்தநேரம் பார்த்து முதலாளி வர, மாட்டிக்கொண்டோம். எபினேசருக்குச் செம்ம அடி. "...த்தா, நான் கூப்பிட்டா நோவுது, பிச்சைக்காரப்பயகிட்ட போவியா" என்று சொல்லிச் சொல்லி அடித்தார். என்னை இடுப்பில் எட்டி உதைக்க உயிரைப்பிடித்துக்கொண்டு விழுந்தேன். "இப்போவே போலீஸ்ல புடிச்சிக் கொடுக்குறேன் உங்களை" என்று மிரட்டினார். எனக்கு கை, கால் உதறல் எடுத்துக் கொண்டது. எபினேசர் தைரியமாகப் பேசினாள். "ஆமா என் இஷ்டம் நான் பண்ணேனு சொல்வேன்" என்றாள். அவர் சிரித்துக்கொண்டே "அஞ்சு லட்சம் ரூபாய் பணத்தை எடுத்துக்கிட்டு ஓட பார்த்தாங்க, நான் புடிச்சிட்டேன்னு சொல்லுவேன், இவன் முட்டியைத் தட்டி இனி ஆயுசுக்கும் இப்பிடி படுக்க முடியாம பண்ணிடுவேன்" என்று என் கன்னத்தில் அறைந்தார்.

என்னைச்சொல்லி மிரட்டியதும் எபினேசருக்குப் பயம் வந்துவிட்டது. "அவனை எதுவும் பண்ணிடாதீங்க" என்று முதலாளி காலில் விழுந்து அழுதாள். "டேய் நீ வெளில போய் நில்லு" என்று என்னை விரட்டினார். கூனிக்குறுகிப் போய் நின்றாள் எபினேசர். அரைமணிநேரம் கழித்து அவர் வெளியேறத் தலையைக் குனிந்து அழுதபடியே வந்தாள் எபி. "என்னை மன்னிச்சிடு பாக்கியம், உனக்காகத்தான்" என்று என் கைகளைத் தொட வந்தாள். உண்மையில் நான்தான் அவளை வாரி அணைத்திருக்க வேண்டும், என்னமோ அவள் தொடவந்தபோது என் கைகளைப் பின்னால் விலக்கிக்கொண்டேன். ஒருகணம் என்னை நிமிர்ந்து பார்த்தவள், "இனி ஆயுசுக்கும் இப்பிடித்தான் பண்ணுவல" என்று சொல்லிவிட்டு ஒரேநொடியில் பாய்ந்து ஓடிக் கொதிக்கும் பாய்லருக்குள் விழுந்துவிட்டாள்.

கண்முன்னால் நடந்த அந்தக் காட்சியை ஜென்மத்திற்கும் மறக்க முடியாது. உண்மையில் நானும் செத்திருக்க வேண்டும். பயம், பயம், பயம். வாழவும் பயம், சாகவும் பயம். அப்புறம் போலீஸ், கேஸ்னு ஆக வேண்டியதை முதலாளி தன்னோட செல்வாக்கால சரிசெஞ்சிட்டார். நானும் படிப்பு முடிஞ்ச கையோட சென்னைக்கு வந்துட்டேன். அவ்ளோ பிரச்னையிலும் கூட நின்னது நாகு. என்னைக் கேள்வி கேக்கவும் திட்டவும் அடிக்கவும் ஒருத்தருக்கு உரிமை இருக்குன்னா அது நாகுக்குதான்.

சென்னையிலும் எபினேசர் என்னைத் தூங்க விடல. பார்க்குற எல்லாமும் எபினேசர் தெரிஞ்சா. அதுவும் ஒரு பத்திரிகையில் ரிப்போர்ட்டரா வேலைக்குச் சேர்ந்தப்போ ஒரு படத்த பார்த்துட்டு விமர்சனம் எழுதச் சொன்னாங்க. சித்தி மேல ஆசை கொண்ட மகன் பற்றிய ஒரு உலக சினிமா.

திரையில் முழுக்க முழுக்க தெரிஞ்சது முந்திரிக்கொட்டை பாய்லர் அறையின் நெருப்புதான். என்னால் அந்தப் படத்தையும் பார்க்க முடியல, பத்திரிகை வேலையும் செய்ய முடியல. நான் ஓடி ஒளிஞ்சிக்கவும், என்னைக் காப்பாத்துங்கனு சொல்லவும் யாரோ ஒருத்தர் தேவைப்பட்டார். மனுசங்க யாராலும் அந்த ஆறுதலையும் நம்பிக்கையையும் தரமுடியல. தேவன் தருவார்னு நம்புனேன், ஆறுதலா இருந்தது. இதோ வந்துட்டேன் என்று எனக்கு நானே சொல்லிக்கொண்டேன்.

நாகு எழுந்து என் தோளைத் தொட்டபோது திடுக்கிட்டேன். “சரி இப்போ எதுக்கு வரசொன்ன, அத சொல்லு” என்றான். கல்யாண பத்திரிகையை நீட்டினேன். ஒரே சமயத்தில் ஆச்சர்யமும் மகிழ்ச்சியும் ஒலிக்க “இவ்ளோ வருஷம் கழிச்சாச்சும் கல்யாணம் பண்ண தோணிச்சே நல்ல விஷயம்” என்று சொல்லியபடியே பத்திரிகையை வாங்கிப் பிரித்தான் நாகு. ஜெரால்டு அமலதாஸ் என்று மணமகன் பெயரும், மரியாள் எபினேசர் என்று மணமகள் பெயரும் இருந்தது. “எல்லாத்துக்கும் பயந்து ஓடி, அதனாலேயே கத்தி ஆர்பாட்டம் பண்ணி பெரிய வீரனா உன்னை காமிச்சிக்கிற, இந்த எபினேசரையாச்சும் ஒழுங்கா காப்பாத்து” என்று சொல்லிவிட்டு விறுவிறுவென வெளியே சென்றான்.

விடுதலையின் பெருவிழா போஸ்டர் காற்றில் பட்பட்டென்று அடித்துக்கொண்டிருந்தது.

●

கடைசிச் சொத்து

மாசாத்துவனின் மனம் நிலைகொள்ளாமல் தவித்தது. எழுநிலை மாடத்தில் குளிர்நிலவின் கீழ் நின்றிருந்தபோதும், அவன் நெஞ்சு சுரந்த தீ அணைந்தபாடில்லை. பெருமைமிகு புகார்நகரின் உயர்குடி தனவணிகன், ஒட்டுமொத்த புகாரின் தரைவழி வணிகத்தைக் கட்டுக்குள் வைத்திருப்பவன். பகல்நேரச் சந்தையான நாளங்காடியிலும், இரவு நேரச் சந்தையான அல்லங்காடியிலும் அவனின்றி ஓரணுவும் அசையாது. ஆனாலும் யவன நாடுகளின் சீர்மிகுப் பொருட்கள் பட்டினப்பாக்கத்தின் வீதிகளில் புரளக் காரணமாகும் கடல்வணிகர்கள்மீது சோழனுக்குக் காதல். அதனாலேயே அவர்களுக்கு முதல்மரியாதை. துணிகளை விற்கும் அறுவை வீதிகளில் விரிக்கப்படும் சீன தேசப் பட்டுத் துகிலின் மீது அந்தப்புரப் பெண்களுக்கு அளவுகடந்த மோகம். இதனால் எளிதில் அரண்மனைக்குள் புகும் வாய்ப்பும் அதிகாரமும் கடல் வணிகர்களான நாவிகர்களுக்கு அதிகம். தரைவழி வணிகர்களான சாத்துவர்களைக் காட்டிலும் கடல்வழி வணிகர்களான நாவிகர்களிடமே அதிகம் கதைகேட்க அமர்கிறான் சோழன். செல்வத்தால் உயர்ந்து நின்றாலும் இந்த நாவிகர்கள் முன் சற்று பின்தங்க நேரிடுகிறதே என்ற சிந்தனை நாள்தோறும் மாசாத்துவனை மனம் பதைக்கச் செய்தது. குறிப்பாக நாவிகர்களின் தலைவனாக விளங்கும் மாநாய்கன் கண்ணில் விழுந்த மணலாக உறுத்திக்கொண்டே இருக்கிறான்.

வணிகர்களுக்கே உரிய நயமான பேச்சு, கடல்கடந்த பயணங்களால் கிடைத்த அனுபவங்கள், ரோம தேசத்தின் ருசிமிகு திராட்சை ரசத்தை மொத்தமாக வைத்திருக்கும் அங்காடி ஆகியவற்றால் புகார் நகரப் பெருவணிகரில் அவனுக்கு முதலிடம், அடுத்த இடம் மாசாத்துவனுக்கு. நாளங்காடி சதுக்க பூதத்திற்கு இடும் படையலில் அந்தணர், அரசர், வேளிர் என்ற வரிசையில் மாநாய்கனுக்கு அடுத்தே மாசாத்துவன். படையிலிடும் விழாவின்போதும், சோழனின் எண்பேராயக் குழுவின் போதும் மாநாய்கனை, மாசாத்துவன் சந்திப்பதுண்டு. பெரிய பழக்கம் இல்லாவிட்டாலும் ஊரின் இருபெரும் தனவணிகர்கள் என்பதால் முகமன் கூறிக்கொள்வதும், ஒன்றாக தாம்பூலம் தரிப்பதும் வாடிக்கை. ஒருநாளும் மாசாத்துவனைக் குறைத்து நடத்தியதில்லை மாநாய்கன். அதற்கான சிந்தனையும் அவனிடம் எழவில்லை. ஆனாலும் மன்றக்கூட்டங்களில் மாநாய்கனுக்கு எழும் வாழ்த்துப் பேரொலிகள் மாசாத்துவனின் மனத்தைக் குடைவதை அறிந்ததில்லை மாநாய்கன்.

மாசாத்துவனும் குணத்திலோ செல்வத்திலோ குறைந்தவனல்ல. ஆனால் மாநாய்கனைக் கண்டால் மட்டும் பாழாய்ப்போன பொறாமை விடாமல் பற்றிக்கொண்டு அவனைப் பாடாய்ப்படுத்தியது. அந்த நினைப்புடனேதான் தலையை உலுக்கியபடி மாடத்தில் குறுக்கும் நெடுக்குமாக நடந்துகொண்டிருந்தான்.

எழுநிலைமாடத்தின் விளிம்பில் கையூன்றி நிழல் வீசிக்கிடக்கும் தோட்டத்தை உற்று நோக்கினான். அங்கே வசந்த மண்டபத்தில் நீருற்று அருகே தன்னிலை மறந்து யாழிசைத்துக் கொண்டிருந்தான் மகன் கோவலன். வியாபாரக் குடும்பத்தில் பிறந்தாலும் அதில் ஈடுபாடில்லாமல் இசையென்றும், கலையென்றும் சொல்லித்திரிந்துகொண்டிருந்த கோவலன் குறித்து மாளாத்துயர் உண்டு மாசாத்துவனுக்கு. இன்று அந்தத் துயரே, மனவிடுதலைக்குக் காரணமாக மாறியது. ஆம் கோவலனே தன் துயர்களின் மருந்தென உணர்ந்தான் மாசாத்துவன். எதுகொண்டும் வீழ்த்த இயலா மாநாய்கனைச் சம்பந்தி ஆக்கித் தனக்குத் தலைவணங்க வைப்பது ஒன்றே வழியெனக் கண்டான். அந்த நினைவு வந்ததுமே, மனக்கண்ணில் புகார் நகரின் அவையில் நெஞ்சுயர்த்தி மாசாத்துவன் முன்னால் நடக்க, அவன் பின்னால் மாநாய்கன் நடப்பது போன்ற சிந்தனை வந்து சென்றது. இதுவரை இருந்த பித்துறு நிலைமாறிச் சித்தம் தெளிந்தது போல் படியிறங்கினான் மாசாத்துவன். இதுவேதும் தெரியாமல், துளைந்து துளைந்து இசையில் தொடஇயலா பண் ஒன்றைத் தேடிக்கொண்டிருந்தான் கோவலன்.

மறுநாள் உற்றார், உறவினர் புடைசூழ பட்டினப்பாக்கத்தின் பெருநிலை மாளிகையில் வாசம் செய்த மாநாய்கன் இல்லம் தேடிச் சென்றான் மாசாத்துவன். ரத்தினம், முத்து, பவளம், வைரம், தங்கம் என ஒவ்வொரு தாம்பாளத்திலும் அணிஅணியாய் ஆபரணங்களைக் குவித்து இளம்பெண்கள் நீண்டவரிசையில் ஏந்திவர, யானை மீது சாமரம் வீச கோவலனை அமரவைத்து வந்து பெண்கேட்டதால் வியந்துபோனான் மாநாய்கன். கண்ணகியின் மணவிழா குறித்து எண்ணியதுண்டு, அது இத்தனை விரைவில் கைகூடும் என்று மாநாய்கன் நினைத்துப் பார்க்கவில்லை. அகவை பன்னிரண்டில் அடியெடுத்து வைத்த கண்ணகிக்குத் தகுந்த வரன் பார்க்க வேண்டும் என்ற இல்லாளின் கேள்விக்குப் பதிலளிக்கும் விதமாகவே வந்து நின்றான் கோவலன். ஊர்மன்றில் விழாவெடுத்து ஒட்டுமொத்தப் புகாருக்கும் உணவளித்து முதுபார்ப்பான் மூட்டிய தீயை வலம் வந்து கண்ணகியின் கரம்பிடித்தான் கோவலன். கண்ணீர் திரையிட்டு கண்ணகியை மாநாய்கன் தாரைவார்த்த பொழுதில் மாசாத்துவனின் மனத்தில் ஒரு நிம்மதி மூண்டதை யாரறிவார்?

மணமுடித்த கையோடு கோவலன் – கண்ணகியைத் தனிமனைப்படுத்தினான் மாசாத்துவன். வணிகம் செய்ய வீதிக்கும் வந்தவனில்லை, இல்வாழ்வின் சிக்கல்களை எதிர்கொண்டவனு மில்லை கோவலன். அழகான இளம்பெண், அகவை பதினாறு எனும் இளமை பெருகும் காலம், இவையெல்லாம் ஒன்றுதிரள அவளருகில் சென்று பொன்னொத்த அவள் முகத்தையும், சங்கையொத்த அவள் கழுத்தையும், நறுமணம் வீசும் அவள் கூந்தலையும் நுகர்ந்து கரும்பென்றும் தேனென்றும் வர்ணித்தான். செவிநுகர பண்ணிசை என்று வினவினான், மௌனத்தையே பதிலாகத் தந்தாள் கண்ணகி. விரல் சொடுக்கி யாழெடுத்துப் பாலைப்பண் ஒன்றை நிரவு என்றான், தந்திக் கம்பிகளை அப்போதுதான் அறிந்தாள் கண்ணகி. இளமையின் வேகத்திற்கு ஈடுகொடுக்காத கண்ணகியின் வயதும், கலையின் அருமையை ருசிக்க முடியாத அவளின் நிலையும் கோவலனுக்கு இயலாமையை ஏற்படுத்தின.

மறுநாள் தந்தை மாசாத்துவனைச் சந்தித்த கோவலன், தான் ஆடற்கலையை ரசிக்க விரும்புவதாகவும் ஆயிரம் கழஞ்சு பொன்வேண்டும் என்றும் வந்து நின்றான். காலில் தீட்டிய செம்பஞ்சுக் குழம்பின் சுவடு கூட அற்றுப்போகாத நிலையில் கணிகையர் இல்லம் ஏகும் மகனை உற்றுப் பார்த்தான். மருகன், மனையாளை நீங்கி, தலைக்கோலி வீட்டிற்குச் சென்றான் என்ற செய்தி கேட்டால் மாநாய்கன் முகம் எவ்வாறு போகும் என்று ஒருகணம் எண்ணினான் மாசாத்துவன். சிந்தையில் தெரிந்த

இருமை அவன் முகத்தில் படர்ந்தது. எண்ணிப்பார்க்காமல் பொற்காசுகளை அள்ளிக்கொடுத்தான்.

யாழிலும் குழலிலும் பறையிலும் துடியிலும் முழவிலும் எக்காளத்திலும் எந்த நுண்ணிசையை எண்ணியெண்ணி ஏங்கினானோ கோவலன், அந்த இசையே உருவாய் வந்து நின்றாள் மாதவி. அல்லியம், கொடுகாட்டி, பாண்டரங்கம், கடையம் என பதினோரு வகை கூத்துக்களை நெளிந்து நெளிந்து ஆடினாள். அடுக்கடுக்காய்த் தொடுத்துவைத்த மாலையணிந்து சுழன்று சுழன்று ஆடிய மாதவி, தன் கழுத்தினின்றும் கழற்றி அதைக் கூட்டத்தை நோக்கி வீசினாள். தங்கள் கழுத்தில் வந்து விழாதா என்று ஏங்கிப்போய்ப் பலர் நிற்க, அது கோவலனின் கழுத்தில் வந்து விழுந்தது.

மாலையுடன் திகைத்து நின்ற கோவலனைப் பார்த்தாள் மாதவி. வண்டைத் தேடிவந்த பூ அது. மாதவியின் எழில்முகத்தை எண்ணியபடியே கணிகையர் வீதியை வலம்வந்தான் கோவலன். மாதவிக்கு விலைபேச அவள் தாய் சித்திராபதி, மாதவியின் பச்சை மாலையைச் சந்தையில் காட்டி, அதனை அதிக விலைகொடுத்து வாங்குவோர் அடையலாம் மாதவியை என அறைகூவல் விடுத்தாள். மாசாத்துவனிடம் பெற்று வந்த அத்தனை பொன்னையும் கொடுத்து மாதவியின் முன்னின்றான் கோவலன். அவன் வேண்டி வந்தது என்னவோ, அது அத்தனையையும் அள்ளித் தந்தாள் மாதவி. யாழெடுத்து மீட்டு என்றான்; இடைஒசிந்து மீட்டினாள். குழலெடுத்துப் பண்ணிசை என்றான்; உதட்டோரம் ஈரம் கசிய இசைத்தாள். தாளக்கட்டுக்கு மாறாமல் பாதமெடுத்து ஆடு என்றான்; அவன் நாடி நடுங்க, நெஞ்சு விம்ம ஆடித்தீர்த்தாள்.

நாள் மறந்தான், வாரம் மறந்தான், மாதம் மறந்தான், தந்தையை மறந்தான், கரம் பிடித்த கண்ணகியை மறந்தான் ஏன் தன்னையே மறந்தான். கணிகையர் வீதியே கோவிலென, கட்டுடல் மாதவியே தெய்வமென சிறைபட்டான் கோவலன். வெளிக்காற்று படாமல் வளர்க்கப்பட்ட மகள் கண்ணகி, தனிமனையில் தனிமைப்பட்டு நிற்பதை அறிந்த மாநாய்கன் மனம் வெதும்பினான். கனகமகளால் அடைந்த கவலை வணிகத்தில் நிலைகுலைவை ஏற்படுத்தியது. வீதிக்குச் செல்வதை வெறுத்த மாநாய்கன், இருகை கூப்பியவனாய் மாசாத்துவனை அணுகினான். தோதகத்தி மரத்தில் செய்த சாய்நாற்காலியில் கால்நீட்டி அமர்ந்திருந்த மாசாத்துவன் முன்பு, தொய்ந்த தோளோடு வந்து நின்றார் மாநாய்கன்.

‘எப்படி இருக்கிறீர் மாசாத்துவரே?’

“ஆ, இருக்கிறேன் மாநாய்கரே, நலத்திற்குக் குறைவில்லை.”

“ஆனால், என் மகள் நலமில்லை, கோவலன் இல்லம் திரும்பவில்லை என்று அறிந்தேன்.”

“நானும் கேள்விபட்டேன், இளமையின் முறுக்கு அப்படித்தான் இருக்கும். போகப் போகச் சரியாகிவிடும், கவலை கொள்ளாதீர்கள்.”

இந்த வார்த்தையைக் கேட்ட மாநாய்கன் பொன்சரிகைத் துண்டை வாயில் பொத்திக் குலுங்கினான். தன்முன்னால் குமுறி அழும் மாநாய்கனின் உருவத்தை இரண்டு கண்களிலும் நிரப்பிக் கொண்டான் மாசாத்துவன். இந்த நொடிக்காக எத்தனை ஆண்டுகள் காத்திருந்தேன் என்ற எண்ணத்தோடு பெருமூச்சு விடுத்தான்.

“நீங்கள் இருக்கிறீர்கள், உங்கள் தொழில் இருக்கிறது, அதற்கான ஒரே வழிமரபு கோவலன்தான் என்ற எண்ணம் எனக்குச் சற்று ஆறுதலைத் தருகிறது மாசாத்துவரே! இன்று கணிகையர் வீதியில் கிடந்தாலும், நாளை நீங்கள் தொழிலில் கைகொடுத்துத் தூக்கிவிடுவீர்கள் என்ற நம்பிக்கையில்தான் இந்த துக்கநாட்களைக் கடத்துகிறேன்” என்று ஆசுவாசத்துடன் கூறினார்.

இறுமாந்து கிடந்த மாசாத்துவனின் நெஞ்சு, மாநாய்கனின் இந்த வார்த்தைகளைக் கேட்டுத் துணுக்குற்றது.

“என்னது, நான் இருக்கிறேன், என்னுடைய சொத்துக்கள் கோவலனுக்குக் கிடைக்கும் என்ற எண்ணம், உனக்கு நிம்மதியைத் தருகிறதா? அப்படியானால் இன்னும் நீ முழுமையாக தாழவில்லையா என்முன்னால்?” என்று மனத்திற்குள் கறுவினான் மாசாத்துவன்.

“சீக்கிரம் இந்தச் சிக்கலுக்குத் தீர்வு காணுங்கள் மாசாத்துவரே, கண்ணின் மணியென வளர்த்த கண்ணகியின் ஓய்வறியா கண்ணீருக்கு விடைதாருங்கள்” என்று கூறிவிட்டு நீர்கூட அருந்தாமல் விடைபெற்றார் மாநாய்கன்.

மாநாய்கன் உதிர்த்த வார்த்தைகள் மனத்திற்குள் வண்டாய் குடைந்தது. “என்ன செய்வது? என்ன செய்வது?” என்று வாய்விட்டு அரற்றியபடியே சுண்ணாம்பு மிகுவது கூட தெரியாமல் தாம்பூலம் தரித்தார்.

ஒருகணம் இந்த ஆற்றாமையும் கோவமும் எதற்கு என்ற எண்ணம் வந்தது. மறுகணம் அதனால் கிடைத்த இனம்புரியா

உவகை உள்ளத்தை நிறைத்தது. இரண்டு எண்ணங்களுக்கும் இடையே சிக்கித் தலையைப் பிடித்தபடி அமர்ந்துகொண்டார் மாசாத்துவன்.

தந்தையின் உளச்சிக்கல்கள் ஏதும் அறியாமல் எல்லையில்லா இன்பப்பெருவெளியில் திளைத்துக் கொண்டிருந்தான் கோவலன். இந்திரவிழாவையொட்டி புகாரின் கடற்கரையில் எது அலை, எது மாதவி என்று பிரித்தறியா வண்ணம் இரண்டறக் கலந்து இன்பம் துய்த்தான் கோவலன். கணிகையர் குலம் என்பதை மறந்து கணவன் இவன்தான் என கோவலனை மனத்தில் வரித்த மாதவி, வேறுயாரையும் சிந்தையிலும் தொடாமல் வசியப்பட்டு நின்றாள். எது அளவு கடக்கிறதோ, அதுவே ஆபத்து. இது காதலுக்கும் பொருந்தும். கடற்கரை விளையாட்டின் மிகுதியில் மாதவியைச் சீண்டியும் வர்ணித்தும் கோவலன் பாட, பதிலுக்கு மாதவி பாடிய பாடலில் தவறான பொருள் கற்பித்துக்கொண்டான் கோவலன். பரத்தையர் குடும்பத்தைச் சேர்ந்தவள்தானே என்ற சிந்தனை ஒருநொடி வந்து சென்றது. உடனே கையுதறி, கடற்கரை மண்ணுதறி, காதலின் சிந்தனையுதறி மாதவியைப் பிரிந்து வீடுநோக்கித் திரும்பினான்.

மாநாய்கன் வந்து சென்றது குறித்து நிலையில்லா சிந்தனையில் உழன்றுகொண்டிருந்த மாசாத்துவன் முன்பு மார்பு முழுவதும் சந்தனமும் தோளில் மாலையுமாய்க் கலங்கிய கண்களுடன் வந்து நின்றான் கோவலன்.

“என்ன கோவலா? என்ன ஆயிற்று?”

“மாதவியைப் பிரிந்துவிட்டேன், புதுமனை புகலாம் என எண்ணுகிறேன். வணிகத்தில் நாட்டம் ஏற்பட்டுள்ளது. அதனால் உங்களைச் சந்திக்க வந்துள்ளேன்” என்று விடையிறுத்தான்.

இருக்கின்ற ஒட்டுமொத்தச் சொத்தையும் கோவலனிடம் வழங்கிவிட்டு நிம்மதியாக இருந்துவிடலாம் என்ற எண்ணம் ஒருநொடி மேலெழுந்தது.

ஆனால் மறுகணம் “எனக்கு இன்னும் வாழ்வில் நம்பிக்கை இருக்கிறது” என்ற மாநாய்கனின் வார்த்தை செவிக்குள் முள்கம்பியாய்க் குத்தியது.

கோவலனுக்குச் செல்வத்தை வழங்கினால், இருண்டு கிடக்கும் மாநாய்கனின் முகம் மீண்டும் மலர்ந்துவிடும் என்ற சிந்தனை மாசாத்துவனைத் தொய்வடையச் செய்தது.

இப்போதைக்குக் கோவலனிடம் பொய்க் கோபம் காட்டி வீட்டை விட்டு வெளியேற்றுவோம், மாநாய்கன் சித்தம் கலங்கி

என்னிடம் ஓடிவந்து அடைக்கலம் புகும்போது கோவலனை அழைத்துக்கொள்வோம் என்று மனத்திற்குள் திட்டம் தீட்டினார் மாசாத்துவன்.

உடனே முகத்தில் கடுமை கூட்டிக்கொண்டு, "எதற்கு உனக்குச் செல்வம் தரவேண்டும் கோவலா? மீண்டும் பரத்தையர் வீதியில் படுத்து மகிழவா? ஒட்டுமொத்தச் சொத்தும் உனக்குத்தான் என்ற எண்ணத்தில்தானே இப்படியெல்லாம் பிடிப்பின்றி நாள்கடத்துகின்றாய், கடைசிச் சொத்தின் துளிப்பொன் கூட உனக்குத் தரப்போவதில்லை" என்று கோபத்துடன் கூறிவிட்டு மாளிகைக்குள் சென்று மறைந்தார்.

மின்னல் தாக்கியது போன்ற சொற்களால் நிலைகுலைந்து போனான் கோவலன். தந்தை சொல்வதிலும் உண்மை உள்ளதே, இதுநாள்வரை நான் என்ன செய்து விட்டேன், என்னை நம்பி சொத்துக்களைத் தருவதற்கு என்று எண்ணியபடியே கண்ணகியைத் தேடிப் போனான். கோவலன் பிரிந்தநாள்முதலாய் இருளடைந்த முகமும், தோளெலும்பு தெரியும் உடலுமாய் மாறியிருந்தாள் கண்ணகி. "இனி புகார் நகரில் நான் பிழைக்க முடியாது, தந்தை செழிப்புடன் வாழும் ஊரில் நான் கையேந்தி நிற்க முடியாது யாரிடமும். மதுரைக்குச் செல்லலாம் என முடிவெடுத்துள்ளேன், கிளம்பு" என்றான். இருவரும் புகார் நீங்கினர்.

கோவலனும் கண்ணகியும் மதுரைக்குப் புறப்பட்டதை அறிந்து மாசாத்துவனை ஓடோடி வந்து சந்தித்தார் மாநாய்கன்.

"நீங்கள் இருக்கிறீர்கள் என்ற நம்பிக்கையில்தானே இத்தனை நாட்கள் பொறுத்திருந்தேன். நீங்களும் கைவிட்டு விட்டீர்களே" என்று கலங்கினார்.

"என் மகள் கொடும்பாலையை எப்படி கடப்பாள், மதுரை மாநகரில் எப்படி பிழைப்பாள்" என்று வாய்விட்டு அழுதார்.

மாநாய்கனின் நிலைகண்டு, மார்கழியின் காவிரி போல் குளிர்ந்தது மாசாத்துவனின் நெஞ்சம்.

இதுபோதும், இனி ஆயுளுக்கும் இந்த நொடிகளை நினைவுகூர்ந்தே வாழ்ந்துவிடலாம் என்று நெஞ்சுநிறைந்தார் மாசாத்துவன்.

மூக்கை உறிஞ்சியபடி, "எல்லாவற்றையும் இழந்து நின்றாலும் எங்கள் குலச்சொத்தான காற்சிலம்பு அவர்களைக் கரையேற்றும்" என்றார் மாநாய்கர்.

தேசம்மா

"வாழ்வின் இன்னல்நேரும் கடைசி நொடியில் இந்த காற்சிலம்புகளை நினைவில் கொள் என்று என்மகளிடம் ஏற்கெனவே சொல்லி வைத்துள்ளேன்" என்று கூறியபடியே சொல்லிக்கொள்ளாமல் புறப்பட்டுச் சென்றார் மாநாய்கன்.

ஆ'வென்று பற்களைக் கடித்தபடியே எழுந்த மாசாத்துவன் அருகில் நின்ற தூணைப் பலங்கொண்ட மட்டும் ஓங்கிக் குத்தினார். "அவனுடைய நிம்மதியைப் பறிக்கலாம் என்று எண்ணுந்தோறும் என்னுடைய நிம்மதி சென்றுகொண்டே இருக்கிறதே அவன் மீண்டும் மீண்டும் நம்பிக்கைச் சொற்களை உதிர்த்தபடியே இருக்கிறானே, ஐயோ" என்று அரற்றினார்.

ஏவலாளை அழைத்தார் மாசாத்துவன். "மதுரை மாநகருக்கு விரைந்து செல், அங்கு என் நண்பர் வஞ்சிப்பத்தன் உள்ளார். ஆயிரம் பொற்கொல்லர்களுக்கு அதிபதி. அவருக்குத் தெரியாமல் மதுரையில் யாரும் ஆபரணங்களை வாங்கவோ விற்கவோ முடியாது. அவரிடம் சென்று விற்பனைக்கென்று யாராவது சிலம்பைக் கொண்டு வந்தால், அதற்குச் சிக்கல் ஏற்படுத்தி விடுங்கள் என்று நான் கூறியதாகக் கூறு" என்றார்.

நெஞ்சு தடதடக்க ஒருவேகத்தில் முடிவெடுத்துச் சொல்லியும் விட்டார். மாசாத்துவனின் ஆணைக்குக் கீழ்ப்பட்டுக் குதிரையை எடுத்துக்கொண்டு மதுரையை நோக்கிப் புறப்பட்டான் ஏவலாளி.

தான் செய்தது சரியா, இதனால் விளையப்போவது என்ன என்பது தெரியாமல் மனம்கலங்கிக் குழம்பி நின்றார் மாசாத்துவன்.

மாசாத்துவனின் தூது கிடைத்தது வஞ்சிப்பத்தனுக்கு. அதேநேரத்தில் கண்ணகியின் காற்சிலம்பை விற்று அதன்மூலம் மதுரை மாநகரில் புதுவாழ்வு தொடங்கலாம் என்று வஞ்சிப்பத்தனிடம் வந்துநின்றான் கோவலன். காற்சிலம்பைக் கையில் ஏந்தி வந்து நின்றவனை ஏறஇறங்கப் பார்த்தார் வஞ்சிப்பத்தன்.

நண்பர் மாசாத்துவனின் குறிப்பு நினைவுக்கு வந்தது. இதேவேளையில் பாண்டிய தேசத்தின் ராணியின் சிலம்பு களவு போனதும் நினைவுக்கு வந்துபோனது. எப்படியாவது சிக்கல் ஏற்படுத்தி விடுங்கள் என்ற மாசாத்துவனின் வேண்டுகோளை இவ்வாறுதான் தீர்த்துவைக்க முடியும் என்று முடிவுக்கு வந்தவராய் அரண்மனைக்குத் தகவல் கொடுத்தார் வஞ்சிப்பத்தன். களவுபோன காற்சிலம்பு கிடைத்துவிட்டதாகவும், களவாளியைத் தான் பிடித்துவிட்டதாகவும் கூறிப் பாண்டிய மன்னனைக் காணச் சென்றார்.

மதுரை மாநகரில் இது நிகழ்ந்துகொண்டிருந்த தருணத்தில், நிலைகொள்ளாது தவித்த மாசாத்துவன் மனம் வெதும்பி நடைபயின்றார். சிலம்பால் கோவலனுக்கு ஏதேனும் சிக்கல் ஏற்பட்டுவிடுமோ, மாநாய்கனை வீழ்த்தப்போய்த் தன் குலக்கொடிக்குக் கேடு வந்துவிடுமோ என்று அஞ்சினார். அந்த எண்ணம் அவரைப் பாடாய்ப்படுத்த இனி ஒருபோதும் தாமதிக்க முடியாது என்று எண்ணி ரதமேறித் தானே மதுரைக்குப் புறப்பட்டார்.

அதற்குள் மதுரையில் எல்லாமே நடந்துமுடிந்துவிட்டது. கோவலன் படுகொலை செய்யப்பட்டான். கோபமுற்ற கண்ணகி பாண்டிய அவையில் காற்சிலம்பை உடைத்துத் தன்னுடையவை மாணிக்கங்கள் என்று நிரூபித்தாள். மனம்நொந்த பாண்டியன் உயிரிழக்க, பாண்டிமாதேவியும் உயிர்நீத்தாள். சினமடங்கா கண்ணகி மதுரைக்குத் தீ வைக்க ஓங்கி உயர்ந்தது நெருப்பு.

புழுதி பறக்க, நெஞ்சு தடதடக்க வந்து சேர்ந்தார் மாசாத்துவன். நடந்தவற்றை யாரும் சொல்லாமலே புரிந்து கொண்டார். அவர் நெஞ்சின் பொறாமைத் தீ, மதுரையில் எரிந்தது. மாநாய்கனின் கடைசிச் சொத்தான காற்சிலம்பு, தன்னுடைய கடைசிச் சொத்தான கோவலனைக் கொண்டுபோய்விட்டதை உணர்ந்த மாசாத்துவன், ஆயுள் முழுக்க எரிந்துகொண்டே இருந்தார்.

•